1945இல் இப்படியெல்லாம் இருந்தது . . .

1945இல் இப்படியெல்லாம் இருந்தது...
அசோகமித்திரன் (1931 – 2017)

இயற்பெயர் ஜ. தியாகராஜன். செகந்தராபாத்தில் பிறந்தார். மெஹ்பூப் கல்லூரியிலும் நிஜாம் கல்லூரியிலும் ஆங்கிலம், இயற்பியல், வேதியியல் படித்தார். தந்தையின் மறைவுக்குப்பின் இருபத்தொன்றாம் வயதில் குடும்பத்துடன் சென்னைக்குக் குடியேறினார். *கணையாழி* மாத இதழின் ஆசிரியராகப் பல ஆண்டுகள் பணியாற்றினார்.

1951 முதல் தமிழிலும் ஆங்கிலத்திலும் எழுதினார். சிறுகதை, குறுநாவல், நாவல், கட்டுரை, விமர்சனம், சுய அனுபவப் பதிவு போன்ற பிரிவுகளில் 60 நூல்களுக்கும் மேல் எழுதியிருக்கிறார். பல இந்திய மொழிகளிலும் சில ஐரோப்பிய மொழிகளிலும் இவரது நூல்கள் மொழிபெயர்க்கப்பட்டுள்ளன. 1973இல் அமெரிக்காவின் அயோவா பல்கலைக்கழகத்தின் எழுத்தாளர்களுக்கான சிறப்புப் பயிலரங்கில் கலந்துகொண்டவர்.

1996ஆம் ஆண்டு சாகித்திய அக்காதெமி விருது பெற்றார்.

அசோகமித்திரன் தனது 85வது வயதில், 23.03.2017 அன்று சென்னை வேளச்சேரியில் காலமானார்.

மனைவி: ராஜேஸ்வரி. மகன்கள்: தி. ரவிசங்கர், தி. முத்துக்குமார், தி. ராமகிருஷ்ணன்.

அசோகமித்திரனின் பிற காலச்சுவடு வெளியீடுகள்

நாவல்

- 18வது அட்சக்கோடு (கிளாசிக் வரிசை)
- ஒற்றன்!
- யுத்தங்களுக்கிடையில் . . .
- மானசரோவர் (கிளாசிக் வரிசை)
- தண்ணீர் (கிளாசிக் வரிசை)
- கரைந்த நிழல்கள் (கிளாசிக் வரிசை)
- இந்தியா 1944–48
- இன்று
- ஆகாயத் தாமரை

சிறுகதை

- ஐந்நூறு கோப்பைத் தட்டுகள் (கிளாசிக் வரிசை)
- வாழ்விலே ஒரு முறை (முதல் சிறுகதைத் தொகுப்பு வரிசை)
- அழிவற்றது
- இரண்டு விரல் தட்டச்சு
- அசோகமித்திரன் சிறுகதைகள் (முழுத் தொகுப்பு)
- அமானுஷ்ய நினைவுகள்

குறுநாவல்

- மணல் (கிளாசிக் குறுநாவல்)
- அசோகமித்திரன் குறுநாவல்கள் (முழுத் தொகுப்பு)

கட்டுரை

- எரியாத நினைவுகள் (கிளாசிக் வரிசை)
- படைப்புக்கலை
- சில ஆசிரியர்கள் சில நூல்கள்
- ஒரு பார்வையில் சென்னை நகரம்
- ஆடிய ஆட்டமென்ன
- திரைக்குப் பின்

அசோகமித்திரன்

1945இல் இப்படியெல்லாம் இருந்தது...

காலச்சுவடு பதிப்பகம்

● அன்பார்ந்த வாசகருக்கு,

வணக்கம்.

காலச்சுவடு நூலை வாங்கியமைக்கு நன்றி.

நூலின் உள்ளடக்கம், உருவாக்கம், அட்டைப்படம் இன்ன பிற அம்சங்கள் பற்றிய உங்கள் கருத்துகளையும் ஆலோசனைகளையும் காலச்சுவடு வரவேற்கிறது. தகவல், எழுத்து, வாக்கியப் பிழைகள் தென்பட்டால் அவசியம் தெரிவித்து உதவுங்கள். நூல் தயாரிப்பில் கடும் குறைபாடு இருப்பின் மாற்றுப் பிரதி உங்களுக்குக் கிடைக்கக் காலச்சுவடு ஏற்பாடு செய்யும்.

மின்னஞ்சல்: **publisher@kalachuvadu.com**

காலச்சுவடு நாகர்கோவில் அலுவலகத்திற்குக் கடிதம் அனுப்பலாம்.

தங்கள்
எஸ். ஆர். சுந்தரம் (கண்ணன்)
பதிப்பாளர் — நிர்வாக இயக்குநர்

1945இல் இப்படியெல்லாம் இருந்தது . . . ◆ சிறுகதைகள் ◆ ஆசிரியர்: அசோகமித்திரன் ◆ © ராஜேஸ்வரி, தி. ரவிசங்கர், தி. முத்துக்குமார், தி. ராமகிருஷ்ணன் ◆ முதல் பதிப்பு: அக்டோபர் 2011, பன்னிரண்டாம் பதிப்பு: ஆகஸ்ட் 2024 ◆ வெளியீடு: காலச்சுவடு பப்ளிகேஷன் (பி) லிட்., 669 கே.பி. சாலை, நாகர்கோவில் 629001

1945il ippaTiyellaam iruntatu . . . ◆ ShortStories ◆ Author: Ashokamithran ◆ © Rajeswari, T. Ravishankar, T. Muthukumar and T. Ramakrishnan ◆ Language: Tamil ◆ First Edition: October 2011, Twelth Edition: August 2024 ◆ Size: Demy 1 x 8 ◆ Paper: 18.6 kg maplitho ◆ Pages: 136

Published by Kalachuvadu Publications Pvt. Ltd., 669 K.P. Road, Nagercoil 629001, India ◆ Phone: 91-4652-278525 ◆ e-mail: publications @kalachuvadu.com ◆ Printed at Real Impact Solutions, No. 12, 3rd Street, East Abiramapuram, Mylapore, Chennai 600 004

ISBN: 978-93-80240-58-9

08/2024/S.No. 404, kcp 5244, 18.6 (12) uss

பொருளடக்கம்

கோல்கொண்டா	11
உண்மைக்கும் புரிதலுக்கும் உள்ள இடைவெளி	17
கோணல் கொம்பு எருமை மாடு	20
ஒரு சொல்	26
சுப்பாராவ்	30
தேள்	36
யார் முதலில்?	40
வெள்ளை மரணங்கள்	49
கடைதிறக்கும் நேரம்	57
நாடக தினம்	60
புத்தகக் கடை	65
1945இல் இப்படியெல்லாம் இருந்தது...	71
நிஜம்	78
குடும்பப் புத்தி	83
தோஸ்த்	93
நாய்க்கடி	101
உங்கள் வயது என்ன?	108
கொடுத்த கடன்	110
கோயில்	116
குழந்தைகள் இறக்கும்போது...	123
ஜோதிடம் பற்றி இன்னொரு கர்ண பரம்பரைக் கதை	129

இக்கதைகள் கடந்த பதினைந்து மாதங்களில் எழுதப்பட்டவை. இவை எனக்களித்த மனநிறைவை வாசகர்களும் பெறக் கூடுமானால் நான் மிகுந்த மகிழ்ச்சியடைந்தவனாவேன்.

சென்னை
பிப்ரவரி, 2011.

அசோகமித்திரன்

கோல்கொண்டா

நான்கு ஆண்டுகள் எனக்கு ஆங்கிலப் பாடம் ஸாலர் ஜங்க் ஹாலில்தான் நடந்தது. அந்தக் கல்லூரியை இணைத்து ஒரு உயர்தரப் பள்ளிக்கூடமும் இருந்தது. நிஜாமுடைய பேரன்கள் இருவர் அங்கு படித்துக் கொண்டிருந்தார்கள் என்பதற்குமேல் நான் அதிகம் தெரிந்துகொள்ள முயலவில்லை. நாற்பது ஆண்டுகள் கழித்து ஸாலர் ஜங்க் மியூசியம் சென்றபோதுதான் எனக்கு ஆங்கிலப் பாடங்கள் ஒரு கலா ரசிகர் பெயர் கொண்ட அறையில் நடந்தது என்று தெரிந்தது. சமீபத்தில் அந்த நிஜாம் பேரன்கள் இருவரில் ஒருவர்தான் எட்டா வது (கடைசி) நிஜாம் என்றும் தெரிந்தது. அந்த மனித ருடைய புகைப்படங்களைப் பார்த்தேன். “என்னால் என்ன செய்ய முடியும்?” என்று கூறுவது போலிருந்தது. வரிசையாக மணந்த மனைவிகளில் ஒருத்திதான் இப்போது ஒரு நிஜாம் மாளிகையைப் புதுப்பித்து அதை ஒரு சுற்றுலா இடமாக மாற்றியிருக்கிறாள். அங்கிருக்கும் ஆளுயர ஓவியங்களையும் அலங்கார நாற்காலி சோபாக் களையும் லஸ்தர் விளக்குகளையும் பார்க்க ஐம்பது ரூபாய் நுழைவுக் கட்டணம்.

பாமினிப் பேரரசு உடைந்து ஐந்து சிறு அரசுகளாகப் போனதில் கோல்கொண்டாவும் ஒன்று. அப்போது அதிகாரப் பீடம் கோல்கொண்டாவில்தான் இருந்தது. அந்தக் கோட்டையை அரசு பீடமாக வைத்துக் கொண்ட வர்கள் நிஜாமுக்கு மூதாதையர்கள் அல்ல. பாமினி அரசர்களின் கிளை பாரசீகத்தை மூல நாடாகக் கருதியவர்கள்.

பாரசீகத்துக்கும் கோல்கொண்டாவுக்கும் அதிக ஒற்றுமை இல்லை. ஆனால், ஹைதராபாத் நகரத்தை

நிர்மாணித்து ஏராளமான ஏரிகளையும் கோல்கொண்டா கோட்டையையும் வலுப்படுத்தியவர்கள் இந்தக் குடுப் ஷாஹி வம்சத்தினர். நிஜாம் அரசு இருந்தவரை இவர்கள் கல்லறைகள் பரிதாபகரமாக இருந்தன. இப்போது இவையும் புதுப்பிக்கப்பட்டு அங்கு ஒரு தோட்டமும் அமைக்கப்பட்டிருக்கிறது. கோட்டை பெரும்பாலும் பாமினி அரசர்கள் வசமும் குடுப் ஷாஹி அரசர்கள் வசமும் இருந்தாலும் அவ்வப்போது விஜயநகர அரசின் கைவசமும் சென்றிருக்கிறது.

டாணாஷா கோல்கொண்டாவை ஆண்டபோது அவனிடம் இந்து அதிகாரிகள் பலர் இருந்தார்கள். அதில் ஒருவர்தான் ராமதாஸர் என்று அறியப்படும் கோபண்ணா. கோல்கொண்டாவில் ஒரு குகையில் அவர் சிறை வைக்கப்பட்டிருந்தார். காரணம், தாசில் பணத்தை அரசு கஜானாவில் சேர்க்காமல் மலைக் கோயிலைப் புதுப்பிக்கப் போய்விட்டார். அவரால் பாதுஷாவுக்கு ராமதரிசனம் கிட்டியது என்பார்கள்.

எல்லாமாகச் சேர்ந்து, ஔரங்கசீப்புக்கு டாணாஷாவை நிம்மதியாக இருக்கவிட மனமில்லை. அத்தோடு டில்லி அரசன் யாராயிருந்தாலும் ஒரு முறை தக்காணத்தின் மீது படை எடுக்காவிட்டால் அவன் டில்லி பாதுஷாவே இல்லை. ஔரங்கசீப் அரசனாவதற்கு முன்பே ஒருமுறை கோல்கொண்டாவைத் தாக்கிக் கப்பம் கட்ட வைத்தவன்.

இன்று கோல்கொண்டா கோட்டை அதன் பழைமையைப் பாதிக்காத வகையில் சீர் செய்யப்பட்டுவிட்டது. முன்பு நிஜாம் காலத்தில் நுழைவுக் கட்டணம் கிடையாது. இப்போது உண்டு. பாதிக் கோட்டை ஏறினால் பாராதரி என்று ஒரு கட்டடம். அதையும் தாண்டி மேலே ஏறினால் ராமதாஸின் சிறை. உச்சியில் இப்போதும் பழைய அரண்மனையின் சிதிலங்கள் உள்ளன.

இருட்டின பிறகும் கோல்கொண்டா கோட்டைக்குப் போகலாம். அப்போதுதான் ஆங்கிலம், ஹிந்தி என்று இரு மொழிகளில் மாறி மாறி ஒலி – ஒளிக்காட்சி. பிரமிப்பாக இருக்கும்; அந்தக் குரல் கூடக் காரணம், அமிதாப் பச்சன்.

ஒலி – ஒளிக் காட்சியில் டாணாஷாவுக்கு மற்றவர்களை விட அதிக நேரம். குலி குதுப்ஷா என்ற இளவரசன் பாக்மதி என்ற பெண்ணைச் சந்திக்கத் தினமும் மூஸி நதியைக் கடக்க வேண்டியிருக்கிறதே என்று இப்ராகிம் குதுப்ஷா ஒரு பாலம் கட்டினான். அந்த மனிதனுக்குத் தசரதன் கதை தெரிந்திருக்கும். மகனுக்காகத் தசரதன் உயிரையே விட்டவன் அல்லவா?

அமிதாப் பச்சனும் டாணாஷாவின் முக்கிய அமைச்சர் மாதண்ணா பற்றிச் சிறிது கூறினார். ஒரு நல்ல அமைச்சர் கிடைத்துவிட்டால் அரசன் பெரும் புகழும் செல்வாக்கும் பெற்றுவிடுகிறான். மாதண்ணா கோபண்ணாவின் தாய்மாமன் உறவு.

ஔரங்கசீப்பின் முற்றுகை தொடங்கி ஒரு வாரம் முடிந்து விட்டது. கோட்டை மதில் மீது டாணாஷாவின் சிறு பீரங்கிகள் ஔரங்கசீப்பின் படைகளுக்குள் சேதத்தை விளைவித்தன. முகலாயப் படையிலிருந்து குதிரைவீரன் ஒருவன் வெள்ளைக் கொடி தாங்கிக் கோட்டைக் கதவருகே வந்து விட்டான். கோட்டைக் கதவின் சிறிய துவாரம் வழியாக அவனை உள்ளே விட்டார்கள். உடனே இருவர் அவன் கண்ணைக் கட்டினார்கள். அவன், "நான் ஆலம்பனாவின் தூதன். அவருடைய செய்தியை உங்கள் ஷாவிடம்தான் தெரிவிக்க வேண்டும்" என்றான்.

அவன் ஏதாவது ரகசிய ஆயுதம் வைத்திருக்கிறானா என்று பரிசோதித்தார்கள். பின்னர் அவனை மாதண்ணா முன் நிறுத்தினார்கள்.

"எதற்காக வந்திருக்கிறாய்?"

"யாரது? ஹுசூரைத்தான் பார்க்க வேண்டும்."

"எதற்கு?"

"நான் முகலே ஆஜமிடமிருந்து கொண்டுவந்த செய்தியைத் தெரிவிப்பதற்கு."

"உன்னிடம் ஓலை ஒன்றும் இல்லையே?"

"எங்கள் பாதுஷா ஓலைகள் எழுதுவதில்லை."

"நீ அவரிடமிருந்துதான் வந்தாய் என்று என்ன சாட்சியம்?"

"நான் அவருடைய அடிமை. என் மார்பில் அவருடைய முத்திரை பதித்திருக்கிறது."

எப்போது சூடுபோட்டதோ, அவனுடைய மார்பில் பிறையும் நட்சத்திரமும் மங்கலாகத் தெரிந்தன.

"அடிமையே, நீ என்னிடம் சொல்லலாம். என்னிடம் சொன்னால் எங்கள் எஜமானிடம் சொன்ன மாதிரிதான்."

"இல்லை, உங்கள் எஜமானனிடம்தான் சொல்ல முடியும்."

"உன்னிடமிருந்து செய்தியை வரவழைத்து விடலாம்."

அந்த அடிமை அலட்சியமாகச் சொன்னான். "என் உடலெல்லாம் சூடுபோட்ட அடையாளங்களும் சவுக்கடி அடையாளங்களும் உள்ளன. என் கண்ணைக் கட்டியிருக் கிறது. நீங்கள் பார்க்கலாம். நான் பார்க்க முடியாது. ஆனால் யாருமே பார்க்க முடியாதது என் தலைக்குள் இருக்கிறது."

மாதண்ணா தன் உதவியாளர்களிடம் தெலுங்கில் சொன்னான்: "இவன் உண்மையான தீரன். ராஜாவிடம் அழைத்துப் போங்கள்."

அங்கும் அந்த அடிமை பிடிவாதம் பிடித்தான். "உங்கள் எஜமானன் காதில்தான் சொல்வேன்."

அவன் கைகால்களைக் கெட்டியாகக் கட்டி அவனை ஒரு மேடைமீது கிடத்தினார்கள். டாணாஷாவுக்குப் பொறுமை இல்லை. "இன்னும் எதற்கு இவனை உயிரோடு வைத்திருக் கிறீர்கள்?" என்று கோபித்தான்.

"இப்போது யாருமில்லை. சொல்லு."

"என் முகத்தருகே வாரும், ஹுசூர்."

"போதுமா?"

அவன் சொன்னது டாணாஷாவை வெகுண்டெழச் செய்தது. கை தட்டினான்.

"இவனைக் கோட்டைக்கு வெளியே தூக்கி எறிந்து விடுங்கள்!"

அந்த அடிமை வெளியே எடுத்துச் செல்லப்பட்டவுடன் மாதண்ணா டாணாஷாவைப் பார்த்தான். "சமாதானம் ஏற்படுமா?" என்று கேட்டான்.

டாணாஷா மாதண்ணாவை உற்று நோக்கினான். "எனக்குத் தெரியவில்லை."

"அவர்கள் இன்னும் முறையான தாக்குதல் ஆரம்பிக்க வில்லை. அவர்களுடைய ஆள்பலம் மிகப்பெரிது."

"என்னை இப்போது தனியாக விடு, மாதண்ணா. சிறிது நேரத்துக்குப் பிறகு கூறுகிறேன்."

டாணாஷா எப்போதும் அந்த மாதிரிப் பேசியது கிடை யாது. மாதண்ணாவும் கலக்கத்துடன் வெளியே போனான்.

முற்றுகை தீவிரமாயிற்று, இப்போது ஔரங்கசீப்பின் படையினர் பல திசைகளிலிருந்து பீரங்கி வெடித்தார்கள்.

கோட்டைக் கதவைப் பிளக்க ஒரு வேப்பமரத்தை வெட்டிக் கிளைகளைக் கழித்து விட்டு ஒரு நீண்ட உலக்கையாகச் செய்து கொண்டிருந்தார்கள். இந்த உலக்கையை உயரமான ஊஞ்சல் போன்று செய்து தொங்க விடுவார்கள். உலக்கையை நீளவாட்டில் ஆட்டினால் அது கதவைத் தாக்கும். இந்த முயற்சியில் நிறைய ஆட்சேதம் இருக்கும். கோட்டை மதிலிலிருந்து கீழே உள்ளவர்களை எளிதாகக் கொன்றுவிடலாம். ஒரு குழு வீழ்ந்தால் உடனே இன்னொன்று ஊஞ்சலிடம் சொல்ல வேண்டும்.

இரு நாட்கள் கழித்து மீண்டும் ஓர் அடிமை வெள்ளைக் கொடியைத் தூக்கி வந்தான். அவனும் முதல் அடிமை போலவே நேரில்தான் சொல்வேன் என்பதில் உறுதியாக இருந்தான்.

இம்முறை டாணாஷா அந்த அடிமையை அடித்துவிட்டான். அவனை வெளியேற்றிய பிறகு குழப்பத்தில் யார் யார்மீதோ எரிந்து விழுந்தான். மாதண்ணா விசாரித்தான்.

“உனக்கு ஒன்றுமில்லை, போ.”

“நான் எப்படிப் போவது? கோட்டை காப்பாற்றப்பட வேண்டும். நம் மக்கள் காப்பாற்றப்பட வேண்டும்.”

“அப்படியானால் உன் தலையை வெட்டிக் கொண்டு வா!”

“என்ன சொல்கிறீர்கள், ஹுஸூர்?”

“இதைத்தான் அந்த முகல் சொல்கிறான். நான் ஏகப்பட்ட காபிர்களை அமைச்சர்களாக வைத்திருக்கிறேனாம்.”

“இதையா குற்றம் என்கிறார்? ஏன்? அவரிடமே நிறையத் தளபதிகள் ராஜபுத்திரர்கள்தானே?”

“அவனுக்கு உன்னைப் பிடிக்கவில்லை.”

“என்னைத் தெரியவே தெரியாதே?”

“தெரிந்துதான் உன் தலையைக் கேட்கிறான்.”

“மறுபடியும் மறுபடியும் தலை பற்றிக் கூறுகிறீர்களே?”

“உனக்கு ஒன்றுமில்லை, போ. நான்தான் சுல்தான். இது இரண்டு சுல்தான்கள் விஷயம்.”

“நான் அப்படி விட்டுவிட முடியுமா?”

“மாதண்ணா, என் கோபத்தைக் கிளறாதே. போ உன் வீட்டுக்கு. வெடி மருந்துக் கிடங்கைக் கவனி.”

மாதண்ணா சில விநாடிகள் அசைவற்று நின்றான். டாணாஷாவின் வேதனை அவனுக்குத் தாங்க முடியவில்லை.

இரவு கோட்டையில் அங்கொன்றும் இங்கொன்றுமாகத் தான் விளக்கெரிந்தது. மதில் மீதிருந்தவர்கள் மட்டும் ஒருவர் மாற்றி ஒருவர் தூங்கப் போனார்கள்.

டாணாஷா வெகு நேரம் தூங்கவில்லை. அவனுடைய இரண்டாவது பேகம் அவன் அறைக்கே உணவு கொண்டு வந்தாள். அவளையும் டாணாஷா போகச் சொல்லிவிட்டான். இன்னும் ஓரிரு நாட்களில் ஔரங்கசீப்பின் படைகள் முழு வேகத்துடன் தாக்கத் தொடங்கும். அப்போது தாக்குப் பிடிக்க முடியுமா? டாணாஷா மண்டியிட்டுப் பிரார்த்தனை செய்தான். அப்படியே தரையில் படுத்தான். தூங்கியும் விட்டான்.

அவன் கண் விழித்தபோது இன்னும் பொழுது விடியவில்லை. கோட்டையின் தெற்கு வாசலிலும் தாக்குதல் தொடங்கிவிட்டார்கள். அங்கும் ஒரு பீரங்கி ஒருமுறை வெடித்து ஓய்ந்தது.

கூரையிலிருந்து தொங்கிய திரைச்சீலை ஒன்றை டாணாஷா ஒதுக்கினான். பக்கத்து அறையின் விளக்கு அவனறையையும் சிறிது ஒளியூட்டியது. அவன் பிரார்த்தனை செய்த இடத்துக்கு அருகாமையில் புதிதாக ஓர் அலங்காரப் பெட்டி வைக்கப்பட்டிருந்தது. அது நிச்சயம் டாணாஷாவின் அரண்மனையுடையது அல்ல. பெட்டிமீது இந்து மத அலங்கார ஜோடனைதான் இருந்தது.

டாணாஷா பெட்டியருகே சென்றான். பெட்டி கனமாகத் தான் இருக்க வேண்டும். இருபுறமும் ஆட்கள் தூக்கிச் செல்ல வசதியாகப் பிடிகள் இருந்தன.

டாணாஷா பெட்டியைத் திறந்தான். ஏதோ ஒரு பொருளைப் பட்டுத் துணி போட்டுப் போர்த்தியிருந்தது. நிறைய வாசனைத் திரவியத்தைப் பெட்டியில் பயன்படுத்தியிருந்தார்கள்.

டாணாஷா துணியை விலக்கினான். பெட்டியில் மாதண்ணாவின் தலை இருந்தது.

கல்கி, அக்டோபர் 2009

உண்மைக்கும் புரிதலுக்கும் உள்ள இடைவெளி

இனிமேல் குழந்தை கிடையாது என்றாகிவிட்டது. வயது ஐம்பதாகப் போகிறது. இப்போது தத்து எடுத்துக் கொண்டால் குழந்தையைச் சரியாக வளர்த்து ஆளாக்க முடியுமா? ராஜாராமனுக்குச் சந்தேகம்தான்.

ஆனால் மைதிலியைப் பார்க்கப் பரிதாபமாக இருந்தது. ஒவ்வொரு சம்பளத் தினமும் ஒரு குழந்தைப் பொம்மை வாங்கி வந்துவிடுவாள். முதலில் ராஜாராமன் எதிர்த்தான். ஆனால் நாட்கள் ஆக ஆக அவனுக்கும் வீட்டில் பொம்மைக் குழந்தையாவது இருக்கட்டும் என்று தோன்றியது.

அப்போதுதான் அத்தை வந்து சேர்ந்தாள். வந்த வுடனே சமையலை அவள் பார்த்துக் கொண்டாள். இது மைதிலிக்கு மிகவும் உதவியாக இருந்தது. அவள் அலுவலகத்து சர்க்குலேட்டிங் நூலகத்திலிருந்து எடுத்து வரும் பத்திரிகைகளைப் படித்து அடுத்த நாளே திருப்பித் தர முடிந்தது. காலையில் முழுக்க இரு மைல்கள் நடந்து விட்டு வர முடிந்தது. காஸ் தீர்ந்துவிட்டால் பக்கத்து வீட்டுக்காரர்களிடம் பணம் கொடுத்துப் புது சிலிண்டர் வாங்கிவைக்கத் தேவையில்லை. ரிஜிஸ்தர் தபால்களை உடனுக்குடன் பெற்றுக்கொள்ள முடிந்தது. ராஜாராம னுக்கும் காய்கறி நறுக்கித்தர வேண்டிய நிர்ப்பந்தம் விலகிவிட்டது. அவன் இஸ்திரி போடக் கொடுத்த துணிமணிகளைக் கணக்குப் பார்த்து வாங்கிக்கொள்ள ஆள் கிடைத்துவிட்டது.

ஆனால் ஒரு மாதக் காலத்திற்குள் அத்தை ஒவ்வொரு விஷயமாகத் தலையிட ஆரம்பித்தாள். முதலில் மைதிலி வாயிற்படியில் உட்கார்ந்துகொண்டு தலைவாரிக் கொள்வது பற்றி. அப்புறம் ராஜாராமன் பாழ்நெற்றியாக வெளியே போவது பற்றி. மைதிலி அவ்வப்போது நகத்தைக் கிள்ளிப்போடுவது பற்றி. ராஜாராமன் அமாவாசையன்று முகச்சவரம் செய்து கொண்டது பற்றி. இதிலிருந்தெல்லாம் தொடங்கிச் சமையற் கட்டு ஜன்னலை மாற்றியமைக்க வேண்டும், படுக்கையறையில் மோட்டார் சைக்கிள் உபரிப்பாகங்களை வைக்கக் கூடாது. இந்தப் புடவையை முதலில் தூக்கிப் போடு, தெற்கு நோக்கித் தலையை வைக்காதே . . . அத்தையின் உத்தரவுகள் வற்றாத ஊற்றாக இருந்தன.

ஐந்தாறு ஆண்டுகளில் ராஜாராமன், மைதிலி இருவரும் மிகச் சிறு விஷயங்களில்கூட ஒரு முடிவு எடுக்க முடியாத அளவுக்கு அத்தையால் கட்டுப்பட்டு விட்டார்கள். எதற்கெடுத் தாலும் அத்தைதான். ராஜாராமனும் மைதிலியும் தனியாகப் பேசவேண்டுமானால் வீட்டுக்கு வெளியில்தான் பேசிவிட்டு வரவேண்டியிருந்தது. வீட்டுக்கு விருந்தாளிகள் வந்தால் அத்தை யைக் கேட்டுத்தான் அவர்களுக்குக் காபி மட்டும் போதுமா, இல்லை இருந்து சாப்பிட்டுவிட்டுப் போகச் சொல்ல வேண்டுமா என்று சொல்ல வேண்டியிருந்தது.

இப்படிச் சர்வாதிகாரியாக இருந்த அத்தை திடீரென்று ஒரு நாள் சுரம் என்று படுத்தாள். அடுத்த நாள் நினைவு தவறியது. ஆஸ்பத்திரிக்கு எடுத்துச் சென்றால் வீட்டுக்கே எடுத்துப் போங்கள் என்று சொல்லிவிட்டார்கள். அடுத்த நாள் பிற்பகல் அத்தை நினைவு திரும்பாமலே கடைசி மூச்சை விட்டாள்.

ராஜாராமன் இறுதிக் கிரியைகளைத் தயங்கித் தயங்கித் தான் செய்தான். அத்தையுடைய உறவினர்களைப் பற்றி முன்னமேயே தெரிந்து வைத்துக் கொள்ளவில்லையே என்று வருந்தினான்.

ஆனால் அன்றிரவு கணவன், மனைவி இருவரும் ஆழ்ந்து தூங்கினார்கள். மறுநாள் பொழுது விடிந்தபோது மைதிலி அவளாகவே காபி போட்டுச் சமையல் செய்யத் தொடங்கி னாள். ராஜாராமன் அவனுக்குச் சௌகரியமான இடத்தில் காலை நீட்டிப் பத்திரிகை படித்தான்.

அன்று மாலை கணவன் மனைவி இருவருக்கும் ஏதோ பெரிய மழை பெய்து ஓய்ந்த மாதிரி இருந்தது. இருவரும் திடீரென்று விடுதலை பெற்ற மாதிரி இருந்தது.

ராஜாராமன் சொன்னான்: "நீ கோபித்துக் கொள்ளக் கூடாது, என்னதான் உன் அத்தை என்றாலும் அவளை இவ்வளவு உரிமை எடுத்துக்கொள்ள விட்டிருக்கக் கூடாது."

"என்ன சொன்னீர்கள்? என்ன சொன்னீர்கள்?"

"கோபித்துக் கொள்ளாதே. உன் அத்தை..."

"என் அத்தையா? உங்கள் அத்தை என்றல்லவா இவ்வளவு வருஷங்கள் பொறுத்துக் கொண்டிருந்தேன்!"

அமுதசுரபி, டிசம்பர் 2008

கோணல் கொம்பு எருமை மாடு

இது முப்பது ஆண்டுகளாகும் ஒரு பழைய இந்தித் திரைப்படப் பாட்டு. இந்த ஒரு வாரத்தில் மட்டும் மூன்றுமுறை இப்பாட்டை வானொலியில் கேட்டு விட்டேன்.

“டேய் சுந்தரனே, உலகமே என் பின்னால் சுற்று கிறது – நானோ உன் பின்னால் சுற்றுகிறேன் – என்னை உனதாக்கிக் கொள் – நான் உனக்குத்தான் பலி (குர்பான்).” இதுதான் பாட்டின் பல்லவி. பெண் பாடுவாள். இது பஞ்சாபி வாழ்க்கையைச் சார்ந்தது என்கிறார்கள். இதை இசையமைத்தவர் ஓ.பி. நய்யார் என்பவரானாலும் பாடலை எழுதியவர் மஜ்ரூஹ் சுல்தான்புரி என்னும் உத்தரப் பிரதேசக்காரர்.

தமிழ்நாடும் கேரளமும் போல உத்தரப்பிரதேசமும் பஞ்சாபும். உத்தரப்பிரதேசம் வளமை, விவசாயம், இந்தியா வின் மகத்தான ஆறுகள். பஞ்சாப் வறட்சி, பாலை, எந்த நேரமும் அந்நியத் தாக்குதல், படுகொலை, பெண்டு பிள்ளைகள் இழப்பு, கட்டாய மதமாற்றம். வறுமை ஒன்றுதான் இரண்டுக்கும் ஓர் ஒற்றுமை.

பஞ்சாபிப் பாடலைக் கேட்டால் வயது வந்த ஆண்களும் பெண்களும் கலந்து ஆடிப் பாடி மகிழ்வது ஏதோ தினசரி நிகழ்ச்சி போலத் தோன்றும். ஆனால், அங்குத்தான் இன்றும் பால்ய மணம் சர்வசாதாரண மானது.

புள்ளிவிவரப்படிச் சில கிராமங்களில் நூறு குழந்தை கள் பிறந்தால் ஒன்றுகூடப் பெண் கிடையாது. காவல் துறைக்குத் தெரியவந்த குடும்பக் கௌரவக் கொலை

ஒன்று என்றால் உண்மையில் பத்தாவது நிகழ்ந்திருக்கும். அவர்கள் கூற்றுப்படி எல்லோருமே ஏதோவொரு வகையில் பின்தங்கியவர்கள். இறந்த எருமை மாட்டின் தோலை உரிப்பவர் ஒரு சாதியென்றால், அந்தத் தோலைக் கொண்டு செருப்புத் தைப்பவர் சற்று உயர்ந்த ஜாதி.

இந்த இரு பிரிவுகளுக்குள் ஓர் இளைஞனும் இளம் பெண்ணும் ஒருவரை ஒருவர் விரும்பிக் கிராமத்துக்குத் தெரியாமல் மணம்புரிந்து கொண்டால் பெண்ணை அவள் அண்ணனோ தந்தையோ 'குடும்பக் கௌரவக் கொலை' புரிய வாய்ப்பு உண்டு. எருமை மாடுதான் அவர்கள் அனை வருக்கும் வாழ்வாதாரம்.

எங்கள் கோணல் கொம்பு மாடு சாதாரணத் தெலுங்கு நாட்டுப் பிராணி. ஐம்பது ரூபாய் திருப்பித்தர முடியாமல் அல்லது மனதில்லாமல் பால்கார ராம்லால் மாட்டை ஒரு நாள் அதிகாலை யாருக்கும் தெரியாதபடி எங்கள் வீட்டு வாசல் கதவில் கட்டிப் போட்டுப் போய்விட்டான். இனிமேல் மாடு எங்களுடையதுதான் என்ற உணர்வு வந்து மாட்டை நாங்கள் தான் வளர்க்க வேண்டும் என்ற பொறுப்பும் வந்தது.

மாட்டுக்கு வீட்டில் ஓரிடம் தேடி அதற்குத் தகுந்த உணவு வாங்கித் தரச் சிறிது நாட்கள் ஆயிற்று. அப்புறம் மாட்டைத் தவறாமல் கறக்க வேண்டும் என்றும் பால் ஏழெட்டு மாதத்தில் குறையத் தொடங்கி, மாடு அதன் மடியைத் தொடவே விடாது என்றும் தெரியச் சிறிது காலம் ஆயிற்று. உரிய காலத்தில் அது சினையாவதற்கு இடம் தேட வேண்டும் என்றும், அது சூல் கொண்டிருந்தபோது எப்படிப் பார்த்துக் கொள்ள வேண்டும் என்றும், அது கன்று ஈன்றால் மாடு அதன் கன்றின் தண்ணீர்க் குடத்தைத் தின்றுவிடாமல் கவன மாக இருக்க வேண்டும் என்றும் தெரிய ஓராண்டு ஆயிற்று.

மாட்டை வைத்துக்கொண்டு முழுக்க முழுக்கப் பாடுபட்ட வர்கள் என் அம்மாவும் நானும் என் பெரிய சகோதரிகள் இருவரும் தான். சினை விஷயத்தில் மட்டும் என் தந்தை அதே ராம்லாலிடம் ஏற்பாடு செய்வார். மாட்டைக் கறக்க முதல் ஐந்தாறு நாட்கள் ராம்லால் வந்தான். அப்புறம் வர வில்லை. மாடு கத்தத் தொடங்கியது. முதலில் அம்மாதான் மாடு கறக்கப் பழகிக்கொண்டாள். மாடும் அம்மாவிடம்தான் குழந்தை போலக் கொஞ்சும். பால் கறக்கும்போது வேண்டு மென்றே நகர்ந்துவிடும். அம்மா ஒரு போடு போடுவாள். மாடு அப்போது ஓரக் கண்ணோடு பார்க்கும். அம்மாவும்

அதற்கு ஒரு நாள் வைக்கோல், தவிடு இல்லாமல் போய் விட்டால் தவித்துப் போய் விடுவாள். காரணம், எல்லா நாளும் எங்கள் ஊர் மார்க்கெட்டில் வைக்கோல் கிடைக்காது.

மனிதர்களில் பெண் சிசு போல் மாடுகளில் கிடாக் கன்றுகள். பால் வியாபாரம் செய்பவர்கள் ஆண் கன்றுகளைப் பட்டினி போட்டே உயிரை விடச் செய்வார்கள். (பால் அதிகம் குடிக்க விடுவதும் அபாயம். கன்றுக்கு ஒரு காம்புப் பால்தான் சரியானது. நான் கறந்த ஒரு நாள் வேண்டுமென்றே மூன்றாவது காம்பில் பால் ஒட்டக் கறக்கவில்லை. கன்று அடுத்த நாள் கழிந்துகொண்டேயிருந்தது. அப்புறம் செத்தே விட்டது.)

எங்கள் வீட்டில் ஆண் கன்றுகள் பாதி மாடாகும் வரை இருக்கும். விற்றுவிட எங்கள் அப்பாவுக்குப் பயம், வாங்கி அதைக் கொன்றுவிடுவார்களோ என்று. கிராமாந்திரங்களில் கடாவுக்குத் தேவையிருக்கலாம். அதுகூட டிராக்டர்களால் இப்போது குறைந்துவிட்டது.

ஐம்பது ரூபாய்க்கு ஈடாக ராம்லால் எங்களுக்குக் கொடுத்த எருமை மாட்டுக்கு ஒரு கொம்பு கோணல் என்று தெரிய எங்களுக்குச் சில மாதங்கள் பிடித்தது. மாடு என்றால் மாடு என்றுதான் நாங்கள் நினைத்தது. அதற்கும் சில விசேஷக் குணங்களும் உருவ அடையாளங்களும் உண்டு என்று நாங்கள் உணர நாட்களாயிற்று. எங்கள் மாட்டுக்கு அதன் இடப்புறக் கொம்பு நன்றாக முறுக்கிவிட்ட தேவர் மகன் போல இருக்கும். வலப்புறக் கொம்பு நெற்றியிலிருந்து முகத்தோடு சாய்ந்து அமைந்திருக்கும்.

மாட்டுக்குக் கொம்பின் பயன் என்ன? படுத்துக்கொண் டிருக்கும்போது கொம்பின் நுனியால் உடலில் சில இடங்களைச் சொறிந்துகொள்ளலாம். அது காட்டில் வசிக்கும்போது கொம்பு தற்காப்புக்காகப் பயன்பட்டிருக்கலாம். ஆனால், மாடு முட்டுவது அதன் நெற்றியால்தான். ஆதலால் கொம்பு ஏன் என்று தெரிய வில்லை.

எங்கள் மாடு கோணல் கொம்புடையது என்று கவனித்த வர்களுக்கு அதை உடனே அடையாளம் தெரியும். மாடு அடிக்கடித் தொலைந்து போய்விடும். உண்மையில் அப்படிக் கூறுவது சரியல்ல. அதன் சுதந்திரத்தைப் பயன்படுத்திக் கொண்டு புதிய இடங்களைப் பார்க்க அது சுற்றுலாப் போயிருக் கிறது என்று கூறுவதே சரியானது. அது சுற்றுலாவுக்குத் தேர்ந்தெடுக்கும் இடங்கள் தோட்டக்காரர்களை அமர்த்தி

நன்கு அமைக்கப்பட்ட தோட்டங்கள். இந்தத் தோட்டங்கள் எல்லாரும் தாராளமாகப் போய் வரக்கூடிய இடங்கள் இல்லை. பெரிய போலீஸ் அதிகாரிகள், கான்வென்ட் பள்ளிகள், அப்புறம் மாதாக் கோயில்கள்.

அன்று நாங்கள் வாழ்ந்த ஊரில் பெரிய போலீஸ்காரர்கள் அநேகமாக எல்லோரும் முஸ்லிம்கள். கான்வென்ட் மாடங்கள், பள்ளிகள், மாதா கோயில்கள் கிறித்துவ மதத்தைச் சார்ந்தவை. அறுபது எழுபது ஆண்டுகளுக்கு முன்பே எங்கள் கோணல் கொம்பு மாடு சர்வமதமும் சம்மதமே என்று வாழ்ந்தது. எங்களுக்கும் பெரிய வேறுபாடுகள் கிடையாது என்றாலும் போலீஸ் அதிகாரிகள் வீட்டிலிருப்போரிடம் மாட்டை விட்டு விடுங்கள் என்று கெஞ்சுவது, பாவனையில் தான் இருக்கும். அவர்கள் பேசும் உருது மொழிக்குப் பதில் தருவது மிகவும் கடினம். அவர்கள் கத்தா, குத்தா என்று திட்டுவது என்னையா மாட்டையா என்று கண்டுபிடிப்பதும் கடினம். எருமை மாடு என்பதைவிட வேறு கடுஞ்சொல் இருக்க முடியுமா?

எங்கள் வீட்டருகில் மூன்று போலீஸ் அதிகாரிகள், இரண்டு மாதா கோயில்கள். மாடு திரும்பத் திரும்ப இந்த ஐந்து இடங்களுக்கும் போவதில் எனக்குப் போலீஸ் அதிகாரிகளின் குடும்பங்கள் அனைத்தும் பரிச்சயமாயின. சிறுவர்கள் திட்டமாட்டார்கள். ஆனால் அம்மாவை அழைத்து வருவார்கள். அந்த அம்மாள் எருமை மாடு வாய் வைத்த செடிகளைக் காட்டித் திட்டுவாள். எருமை மாட்டைக் கழுதை, நாய் என்று திட்டுவதில் பலனுண்டா? அவள் திட்டும்போது அந்த வீட்டுச் சிறுவர்கள் என்னைப் பார்த்தபடியே இருப்பார்கள். திட்டி ஓய்ந்த பிறகு அந்த மாட்டை அவிழ்த்துவிடுவார்கள். அந்தப் பங்களாவின் வெளிப்புற கேட் வரை என்னோடு வருவார்கள். கேட்டை மூடித் தாழிடுவார்கள். நான் மாட்டை வீட்டுக்கு இழுத்துப் போகத் திண்டாடுவதைப் பார்த்தபடியே இருப்பார்கள். அவமானமாகவும் இருக்கும். ஆறுதலாகவும் இருக்கும்.

மாதா கோயில் அனுபவம் வேறு மாதிரி இருக்கும். மாட்டைக் கட்டி வைத்திருக்கிற ஆளைக் கேட்டால் பெரிய பாதிரியைப் பார் என்று பதில் வரும். அப்படித்தான் என் முதல் மாதாக்கோயில பிரவேசம் நடந்தது. அது புராட்டஸ்டண்ட் கோயிலாதலால் ஒரு பெரிய சிலுவை மட்டும் இருந்தது.

பெரிய பாதிரிக்கு நான் என்ன சொன்னேன் என்று புரியவில்லை. நான் நான்காம் வகுப்புப் படித்துக்கொண்டிருந்தேன். எனக்குப் பசு மாட்டின் பெயர்தான் தெரியும். அவர் அங்கே ஏன் பசு மாடு வர வேண்டும் என்று கேட்ட மாதிரியிருந்தார்.

நான் வெளியே கையைக் காட்டி மாட்டைக் கட்டியிருக்கும் மரத்தைக் காட்டினேன். பாதிரி "அது பசு இல்லை" என்று சொன்ன மாதிரி இருந்தது.

நான் அது என் மாடு என்பது போலச் சைகை காட்டினேன். எடுத்துக்கொண்டு போ என்பது போலச் சொன்னார். நான் மாட்டை அவிழ்த்த போது தோட்டக்காரர் "இன்னொரு முறை வந்தால் போலீஸ்தான்" என்றார். நான் பெரிய பாதிரியிடம் சொல்லு என்று சொல்லியிருக்கலாம். ஆனால், எனக்குக் கோணல் கொம்புமீது நம்பிக்கை இல்லை. வீட்டில் எப்படிக் கட்டிப் போட்டுக் கொல்லைப்புறக் கதவைத் தாழிட்டு வைத்தாலும் கோணல் கொம்பு பாதிரியார் வீட்டுக்குப் போய் விடும்! இந்து மதம் பிடிக்காமல் போய் விட்டதோ?

இப்படிப்பட்ட மாட்டுக்கும் உடல் நிலை சரியில்லாமல் போய்விட்டது. தொடர்ந்து இரண்டு மூன்று நாட்கள் உணவும் உண்ணவில்லை, பாலும் கறக்கவில்லை. கன்றை நெருங்க விடவில்லை. வயிறு வீங்கத் தொடங்கிவிட்டது.

மாட்டு வைத்தியரைக் கூப்பிட்டபோது, மாடு படுத்துவிட்டது. சிறுவர்களைப் போகச் சொன்னார். நான் ஜன்னல் வழியாகப் பார்த்துக்கொண்டிருந்தேன். வைத்தியர் அவருடைய பையிலிருந்து கோணி ஊசி போன்றதை எடுத்தார். மாட்டின் வயிற்றைத் தடவிப் பார்த்து ஏதோ ஓர் இடத்தைத் தீர்மானித்து அந்த இடத்தில் ஊசியின் முழு நீளத்தையும் மாட்டினுள் குத்தினார். பிறகு ஊசியிலே கொக்கி போன்று இருந்ததை வெளியே இழுத்தார். அதாவது ஊசியே உறை போன்றதில் செருகியிருந்திருக்கிறது. அவர் ஊசியை வெளியே இழுத்தவுடன் அவர் நுழைத்த குழாயிலிருந்து புஸ்ஸென்று காற்று வெளியேறி மாட்டின் வயிறு சுருங்கத் தொடங்கியது. ஆனால், வைத்தியர் மாட்டின் வயிற்றில் அடைத்துக்கொண்டிருந்த எல்லாக் காற்றையும் வெளியே போக விடவில்லை. அப்படிச் செய்தால் மாடு அப்போதே இறந்துவிடும் என்றார்.

வைத்தியர் சென்றவுடன் மாடு எழுந்து நின்றது. அதற்குச் சிறிது வெல்லம் கொடுத்தோம் அது முகர்ந்து பார்த்தது.

தின்னவில்லை. அப்படியே நின்று கொண்டிருந்தது. எங்களுக்கு மேலும் மனவேதனை அளிக்க வேண்டாமென்று இரவில் இறந்துவிட்டது.

நாங்கள் எல்லாருமே மாட்டைக் கட்டிக் கொண்டு அழுதோம். எங்கள் மாடு இறந்துவிட்டதை எப்படியோ ஒருவர் அறிந்துகொண்டு என் தந்தையுடன் பேசினார். அரை மணி நேரத்தில் ஒரு கட்டை வண்டி கொணர்ந்தார்.

இரண்டு மூன்று பேராக மாட்டைக் காலையும் வாலையும் பிடித்துத் தூக்கி வண்டியில் போட்டபோது துடித்துப் போனோம். "அதுக்கு வலிக்காது" என்று சிரித்துக்கொண்டே அந்த ஆள் சொன்னார். ஆனால், எங்களுக்கு வலித்தது.

அடுத்த நாள் கன்றையும் அந்த மனிதர் ஓட்டிச் சென்று விட்டார். போலீஸ் அதிகாரிகள் வீட்டுத் தோட்டம் தளதள வென்று இருக்கவேண்டும். இல்லை...

கோணல் கொம்பு இறந்த பிறகு ஒரு நாள் பள்ளிக்குப் போகும்போது ஒரு போலீஸ் அதிகாரி வீட்டில் அதிகாரியின் மனைவி கோபமாகக் கத்திக் கொண்டிருந்தார். என்னவாக இருக்கும் என்று பார்த்தேன். வேறொரு மாடு தோட்டத்தைச் சுவைத்திருக்கிறது. அதன் கொம்புகள் சீராக இருந்தன.

ஓம்சக்தி, மே 2009

ஒரு சொல்

அவள் முதலில் சொன்னபோது அவள் எப்போதும் வெளிப்படுத்தும் கண்டனத்தின் ஒரு வெளிப் பாடு என்றுதான் நினைத்தான். அவள் என்று நல்ல வார்த்தை, பாராட்டுக் கூறியிருக்கிறாள்? எப்போதும் குறை, எப்போதும் கண்டனம். உங்களுக்கு எதுவுமே தெரியாது. இப்படிச் சொல்வதில் பன்மை எதற்கு? நீ நீ என்றே சொல்லிவிடலாமே?

இவ்வளவுக்கும் அவன் மணவாழ்க்கை அவளுக்கு அனுசரணையாகவே இருந்து வந்ததை யாரும் அறிவார் கள். அவனுடைய அம்மா, மருமகள் வேலைக்குப் போகக் கூடாது என்றாள். அவன்தான் அம்மாவின் விருப்பத் திற்கு எதிராக அவளைத் தொடர்ந்து வேலைக்குப் போக வசதி செய்தான். அம்மா வருத்தப்பட்டுக் கொண்டு அவனுடைய பெரிய சகோதரன் வீட்டுக்குப் போய் விட்டாள்.

அவனுக்கும் மனைவிக்கும் ஒரே நேரத்தில் அலுவலகங்கள் தொடங்கும். இரண்டும் வெவ்வேறு திசைகள். ஆதலால் அவள் பஸ்ஸில் போவாள். அதற்காக வீட்டை விட்டு எட்டேகாலுக்கே கிளம்ப வேண்டும். அவள் சாதம் சமைத்துவிடுவாள். காய்கறி மற்றும் சாம்பார் அல்லது குழம்பு அவளுக்குத் தேவையான அளவுக்குத் தயாரித்துச் சாப்பிட்டு விட்டுக் கைக்கும் எடுத்துக் கொண்டு போய்விடுவாள். அவன் மிகுதி வாழைக்கா யையோ, கத்தரிக்காயையோ வதக்கி இறக்க வேண்டும். முழுப்பாத்திரமும் சாம்பார் அல்லது குழம்பு தயாரிக்க வேண்டும்.

அவனுக்கிருந்த ஒரு வசதி அவனுடைய மோட்டார் சைக்கிள். அவன் சாப்பாடு எல்லாவற்றையும் பாதுகாப்பாக வைத்து வீட்டை விட்டுக் கிளம்பும்போது மணி எட்டு நாற்பதைத் தாண்டிவிடும். ஒன்பதுக்குள் சைதாப்பேட்டையைக் கடந்து விட்டால் சற்று ஆசுவாசமாக அலுவலகம் போய்ச் சேரலாம். இல்லாவிட்டால் சைதாப்பேட்டையிலிருந்து பெரியார் சிலை வரை ஊர்ந்து கொண்டு போகவேண்டும்.

அவன் இப்படி அடித்துப் பிடித்துப் போக வேண்டியதற்கு அலுத்துக்கொண்டது கிடையாது. இப்படித்தான் 25 ஆண்டு கள் குடும்பம் நடத்தி இரு பெண்களையும் படிக்கவைத்து ஒருத்தியை அமெரிக்காவுக்கும் அனுப்பியாயிற்று. அவனுக்கே முதுகு வலி, கழுத்து வலி, ரத்தக் கொதிப்பு வந்தாயிற்று. இதற்கெல்லாம் அவன் யாரையும் காரணம் சொன்னதில்லை.

மனைவி எப்போது பார்த்தாலும் சாப்பிட்டுக் கொண்டிருந் தாள். அவனே டாக்டரிடம் போக வேண்டும் என்று சொல்லி, அவளை அழைத்துச் சென்றான். இரத்தப் பரிசோதனை. மனைவிக்குச் சர்க்கரை நோய். அவள் அது எப்படி வந்திருக்க லாம் என்று எந்தக் காரணமும் தெரிந்துகொள்ள முடியாதபடி "நீங்கள் கொடுமைப்படுத்திக் கொடுமைப்படுத்தி எனக்குச் சர்க்கரை நோய் வந்துவிட்டது" என்றாள். முதலில் அதைச் சாதாரணமாகத்தான் எடுத்துக்கொண்டான். சர்க்கரை நோய் மனைவியுடைய தாயாரிடமிருந்து வந்திருக்கலாம். அவனுடைய குடும்பத்தில் இந்த நோய்க்கெல்லாம் அவசியமில்லாமல் நாற்பது நாற்பத்திரண்டு வயதிலேயே தாய் தகப்பனார் இறந்து விட்டார்கள். இப்போது மனைவிக்கு வந்தது அவன் கொடுமைப் படுத்தி.

கொடுமை என்ற சொல்லுக்கு அவளுக்குப் பொருள் தெரியுமா? கேட்ட கேள்விக்குப் பதில் சொல்லாமல் இருந்தாலும் கொடுமைதான். புளிய மரத்தில் தலைகீழாகத் தொங்கவிட்டு இரண்டு கண்களைப் பிடுங்குவதும் கொடுமைதான். அவன் அவளை என்ன கொடுமைப்படுத்தினான்?

அவன் நினைக்க நினைக்க அவளுடைய காரணம் விபரீத மான பரிமாணங்கள் கொண்டிருப்பது புலப்பட்டது. கேட்பவர் கள் என்ன நினைப்பார்கள்? அவன் அவளைத் தினமும் அடிக்கிறான். குடித்துவிட்டு வீடு திரும்புகிறான், வீட்டுச் செலவுக்குப் பணம் தராமல் சங்கடப்படுத்துகிறான் என்றெல் லாம் நினைப்பார்கள். இதில் கணவன் பேச்சு எடுபடாது.

அசோகமித்திரன்

அவனுக்கு வீடு திரும்பவே பயமாக இருந்தது. அதிக நேரமாகிவிட்டாலும், "ஏன் இப்படிக் கொடுமைப்படுத்து கிறீர்கள்?" என்று கேட்கக் கூடும். இப்போது எல்லாமே கொடுமை யாக அர்த்தப்படுத்திக் கொள்ள முடியும். இவ்வளவு நாட்கள் அவள் மனதில் இப்படி ஒரு கணிப்பு இருந்திருக்கிறது. கணவன் கொடுமைப்படுத்துகிறான்.

இவள் அக்கம்பக்கத்திலோ உறவினர்கள் மத்தியிலோ கொடுமைப்படுத்தும் கணவர்களைப் பார்த்ததில்லையா? இவளு டைய அப்பாவே வேறு ஒரு குடித்தனம் ரகசியமாக நடத்தியிருக் கிறார். இவளுடைய பெரியம்மா மகன்கள் இருவரும் குடிகாரர் கள். வீட்டிலேயே பெரியவர்கள் இருக்கும்போதே அவர்க ளுடைய கோஷ்டியோடு குடிக்க உட்கார்ந்து விடுவார்கள். பெரியவனுடைய மனைவி வடகம், கருவடகம், பொரித்துத் தந்து கொண்டேயிருக்க வேண்டும். இவன் மனைவியோ என்றா வது ஒரு நாள் மாமியார், வீட்டுக்கு வந்தால் உடனே தலைவலி என்று படுத்துவிடுவாள். அவனுடைய அம்மா அவ னுடைய மனைவிக்கும் சேர்த்துச் சமைத்துக் கஞ்சி வைத்துத் தரவேண்டும். அவனுடைய அம்மா அவனுடைய அண்ணா வீட்டுக்குக் கிளம்பியவுடன் தலைவலி ஜுரம் போய்விடும். இவன் மீண்டும் சமையலை முடித்துப் பாத்திரங்களை ஒழுங் காக மூடிவைத்து வீட்டைப் பூட்டிக் கொண்டு போகவேண்டும்.

25 ஆண்டுகள்! இவ்வளவு நாட்கள் இவள் மனதில் அவனைப் பற்றி இப்படியா ஒரு தோற்றம் இருந்திருக்கிறது? அவனால் நிஜமாகக் கொடுமைப்படுத்துபவனாக இருக்க முடியுமா? அவனால் அதட்டக் கூட முடியாது. இரண்டு குழந்தைகள் பிரசவத்தின்போதும் அவள் பிறந்த வீட்டிலிருந்து யாரும் பெரிதாக உதவ வரவில்லை. அவளுடைய அம்மாவுக்குக் கால்வலி. அவள் வந்தால் இன்னமும் இம்சையாகத்தான் இருக்கும். அவனுடைய அம்மாதான் இரண்டு பிரசவங்களுக்கும் வீட்டைப் பார்த்துக்கொண்டாள். அதிலும் இரண்டாம் பிரசவத்தின் போது வீட்டுடன் ஒரு குழந்தையையும் பார்த்துக் கொள்ள வேண்டும். அப்படிப்பட்டவளை வெறும் நாட்களில் இவள் கிட்ட நெருங்க விடுவதில்லை. உண்மையில் இவள்தான் கணவன், மாமியார் எல்லாரையும் கொடுமைப்படுத்திக் கொண் டிருக்கிறாள். ஆனால் யார் ஒப்புக்கொள்வார்கள்? கடவுள்தான் ஒப்புக் கொள்வார்.

அவன் வீடு திரும்பியபோது அவன் மனைவி குழந்தை களுடன் அவனுடைய மாமியாரும் இருந்தாள். "வாங்க" என்று அவனை வரவேற்றாள்.

"கால்வலி பரவாயில்லையா?"

"எங்கே பரவாயில்லை! இங்கே அடுத்த தெருவில் சங்குண்ணி மேனன் என்று ஒரு ஆயுர்வேத வைத்தியர் இருக்காராம். அவரையும் ஒரு தடவை பார்த்துவிடுகிறது."

"யார் சொன்னா இந்த டாக்டர் பற்றி?"

"ஜலஜாதான் சொன்னாள்."

"அவளுக்குத் தெரியுமா? என் அம்மாவைக் காட்டி யிருக்கலாமே?"

"உங்கம்மா கடைசிவரை நன்னா நடமாடினாளே. என்பாடுதான் மோசம்."

அவனுடைய அம்மா திடீரென்று இறந்தபோது அண்ணா தான் காரியங்கள் செய்தார். இவனோ இவன் மனைவியோ துரும்பெடுத்துப் போடத் தேவையில்லை.

அவன், "இப்போது ஆபீசில் லீவுகூட எடுக்க முடியாது" என்றான்.

"ஜலஜா ஒரு வாரம் லீவு போட்டு அழைச்சிண்டு போறேன்னு சொன்னா."

அவனுக்கு ஒரு விஷயம் சற்று மகிழ்ச்சியளித்தது. அவன் அவசரம் அவசரமாகச் சமையல் முடித்துச் சைதாப்பேட்டை நெரிசலில் ஒரு வாரம் சிக்கிக்கொள்ள வேண்டியதில்லை.

அமுதசுரபி, ஜனவரி 2010

சுப்பாராவ்

எங்கள் ஊரில் சற்று வசதி படைத்தவர்கள் என்று அறியப்படுபவர்களின் பகுதியில் சுப்பாராவ் வசித்தாலும் அவன் பண விஷயங்களில் தாராளமாக இருக்க முடியாது என்று எல்லாருக்கும் தெரியும். ஒல்லியாக, உயரமாக இருப்பான். அவனுடைய அப்பா அவன் ஏழு வயது இருக்கும்போது இறந்துவிட்டார். அவன் எப்போதும் தோய்த்த சட்டை, பாண்ட்தான் அணிந்திருப்பான். ஆனால் அவன்தான் அவன் பகுதி கிரிக்கெட் கோஷ்டிக் குத் தலைவன், காப்டன். அவனுடைய கோஷ்டி எம்.சி.சி. என்று பெயர் வைத்துக்கொண்டது. எங்களுக்கும் அப் பெயர்மீது மையல் உண்டு. இல்லை என்றானவுடன் ஒய்.எம்.சி.சி என்று பெயர் வைத்துக்கொண்டோம்.

எம்.சி.சி. செல்வாக்கு வாய்ந்ததோடு செல்வ வளமும் கொண்டது. அந்தக் கோஷ்டிக்கென மைதானம் உண்டு. அங்கு ஆடுபவர்கள் அட்டகாசம் செய்தபடிதான் ஆடுவார்கள். சுப்பாராவ் அந்த அட்டகாசத்தில் சேரவும் மாட்டான்; கண்டிக்கவும் மாட்டான். ஆனால் எல்லாருமே அவன்மீது மரியாதை வைத்திருந்தது தெரியும்.

எங்கள் கோஷ்டியில் ஆட்டத்தைவிட முணுமுணுப் பது, கோள் சொல்வது, எதற்கெடுத்தாலும் முகத்தைத் தூக்கிக்கொள்வது – இவைதான் நிறைய இருக்கும். எங்களுக்கு என்று ஒழுங்கான விக்கெட் கீப்பர் கிடையாது. யாருமே அந்தப் பணிக்கு முன் வரவில்லை. ஹனுமந்தராவ் நான் கேட்டுக்கொண்டதன் பேரில் அந்தப் பணியை ஏற்றுக்கொண்டான். அவனும்தான் எவ்வளவு நாட்கள் கிரிக்கெட் ஆடிவிட்டான்! ஆனால் இப்போதும் பந்து வருவதற்கும் அவன் மட்டையை வீசுவதற்கும் சம்பந்தமே இருக்காது. எறும்பு நடக்கும் வேகத்தில் ஒரு போலர் பந்து போட்டால்கூட அவன் விக்கெட்டி லிருந்து பத்து அடி தள்ளி இருப்பான். அப்படி இருந்தும் பந்தை விட்டுவிடுவான். வேறு யாராவது தான்

ஓடிப்போய் எடுத்தெறிய வேண்டும். அவனைப் பொறுத்துக் கொண்டதன் காரணம், அந்த கிளவ்ஸ்! அதன் நாற்றம், சகிக்க முடியாது.

நாங்கள் பல குட்டிக் கோஷ்டிகளுடன் ஆடி ஜெயித்து விட்டோம். சில்கல்குடா கோஷ்டி ஒருமுறை ஆட வந்தது. அது எங்களுடையதைப் போன்றதுதான். ஆனால் அதில் ஹகீம் என்று பந்து வீச்சாளன் ஒருவன் இருந்தான். இடது கைப் பையன். அவனுடைய ஒவ்வொரு பந்தும் விக்கெட்டை நோக்கித்தான் வரும். அவனாலேயே அவன் கோஷ்டி எல்லாப் பந்தயங்களிலும் ஜெயித்தது. ஹகீம் ஒரு பெரிய பள்ளியில் படித்திருந்தால் அப்படியே ரோஹிண்டன் பாரியா, ரஞ்சி டிராஃபி என்று ஆடி டெஸ்ட் மாட்ச் வரை வந்திருப்பான். ஆனால் ஏழை. அவன் என்னைச் சொல்லிச் சொல்லி அவுட் செய்தபோதுகூட எனக்குக் கோபம் வரவில்லை. ஆனால், அந்தக் கோஷ்டியோடு கடைசியாக ஆடியபோது, நான் ஹகீமிடம் அவுட் ஆகாமல் எங்கள் கோஷ்டியை ஜெயிக்க வைத்தேன். எங்கள் கோஷ்டிப் பையன் ஒருவன் கை குலுக்க வில்லை. ஆனால் ஹகீம் கை குலுக்கினான். நான் பெரிய ஆற்றல் உடையவன் இல்லை. ஆனால் ஹகீம் அபூர்வமானவன். அவனுக்கிருந்த ஒன்றிரண்டு வாய்ப்பும் ரஜாக்கார் சண்டை யில் போயே போய்விட்டன. இப்போது இருக்கானோ இல்லையோ? என்ன செய்து கொண்டிருப்பான்? அந்த நாள் ஏழை முஸ்லிம்களுக்கு வேலை, பூ விற்பது!

நாங்கள் சில்கல்குடாவைத் தோற்கடித்த விஷயம் எம்.சி.சிக்குத் தெரிந்துவிட்டது. அவர்களுடைய அட்டகாசம் ஹகீமிடம் பலிக்கவில்லை. அந்த ஒரு வெற்றியால் நாங்கள் ஏதோ தேசியக் கோஷ்டி போலக் கருதப்பட்டோம்.

சுப்பாராவ் என்னுடன் பேசினான்: “நீ சில்கல்குடாவைத் தோற்கடித்தாயாமே?”

முதலில் எனக்கு அது மறந்துவிட்டது. நாங்கள் படுதோல்வி அடைந்த பந்தயம் தான் ஞாபகம் இருந்தது.

“அப்படியா?”

“இதானே வேண்டாங்கிறது?”

“ஹகீம் மாதிரி இந்த ஊரிலே இன்னொரு பௌலர் கிடையாது. நாங்கள் ஜெயித்தோம் என்றே தோணவில்லை.”

“ஜெயித்தாயா இல்லையா?”

“சரி.”

“எங்களோடு ஆட வேண்டும்.”

“எம்.சி.சியோடயா?”

"ஆமாம். ஏன்?"

"நாங்கள்லாம் ரொம்பச் சின்ன கோஷ்டிப்பா."

"அதெல்லாம் பேசாதே. இந்தத் தடவை சனிக்கிழமையும் லீவு. அதனாலே நாம இரண்டு நாள் மாட்ச் ஆடலாம்."

"இரண்டு நாளா?"

"ஏன்? இரண்டு இன்னிங்ஸ் ஆடுவோம்."

"எல்லாம் ஒரே நாள்லே முடிஞ்சிடும்."

"சரி – இந்தச் சனிக்கிழமை – பத்து மணிக்கு ஆரம்பிச்சுடுவோம்."

"நான் ஒன்பது மணிக்கே வந்துடறேன். பேசாமே ஒருநாள் மாட்ச் வைச்சுக்கலாம்."

"நான் நீங்க ஆடறதைப் பார்த்திருக்கேன். எங்களிடம் ஹகீம் கிடையாது."

"ஏன், ராம்சந்தர் இருக்கானே?"

சுப்பாராவ் சிரித்தான்.

"சரி, அவன் பெரிய பௌலர்."

"எங்களுக்கு அவன் பெரிய பௌலர்."

"சரி சனிக்கிழமை காலை வந்துவிடு."

"என் கோஷ்டிக்காரங்க நம்பவே மாட்டாங்க."

"எதை?"

"எம்.சி.சி. எங்களோடு ஆடறது..."

"என்னப்பா, சில்கல்குடாவெல்லாம் தோக்கடிச்சிருக்கே."

எனக்கு மிகவும் வெட்கமாக இருந்தது. பெருமையாகவும் இருந்தது. நான் இல்லை என்றால் ஒய்.எம்.சி.சியோடு எம்.சி.சி. மாட்ச் ஆடுமா?

வழக்கம் போல முணுமுணுப்பு. இந்த முணுமுணுப்புக் காரர்களுக்கு இந்தமுறை நான் பாடம் கற்பித்துவிட வேண்டும் என்று முடிவு செய்துகொண்டேன்.

நாங்கள் சனிக்கிழமை, எங்களுக்குச் சாத்தியமான வெள்ளைச் சட்டை, பாண்ட் அணிந்துகொண்டு எம்.சி.சி. மைதானத்துக்குப் போனோம். சுப்பாராவ் பத்து மணிக்கு வந்துவிட்டான். ஆனால் மற்ற ஆட்டக்காரர்கள் ஒவ்வொரு வராக வந்தார்கள். பாதிப் பேர் காரில் வந்து இறங்கினார்கள்.

முதலில் எம்.சி.சி. பாட்டிங். ஹனுமந்த்ராவ் அவனிடத்தில் போய் நின்றான். அவர்கள் எங்கள் கட்சியில் லார்வுட், ட்ரூமன்

போல போலர்கள் இருப்பார்கள் என்று நினைக்கக்கூடும். அதே நேரத்தில் கோமாளித்தனமாகவும் இருக்கும். என் கவலை, ஹனுமந்த்ராவ் கோபித்துக்கொண்டு போகக் கூடாதென்று. அதே நேரத்தில் எல்லாருக்கும் அந்த மாட்ச் உண்மையறியும் அனுபவமாக இருக்க வேண்டும் என்று நான் திட்டமிட்டிருந்தேன். 'எனக்கு பௌலிங்கே தரதில்லை' என்று எப்போதும் முணுமுணுக்கும் ராஜுவுக்குப் புதுப் பந்தைத் தந்தேன். அவன் பந்து போடப் போகவில்லை. "உனக்கேது புதுப் பந்து?" என்று கேட்டான்.

"எம்.சி.சி."

"இது எம்.சி.சி.யோட பந்தா? அதான் எனக்கு பௌலிங் தரே."

"இதைப் பார். இது எம்.சி.சி.தோ, ஒய்.எம்.சி.சி.தோ . . . பந்து பந்துதான் . . . இன்னிக்கு நீதான் ஓபனிங் பௌலர்."

அவன் அதற்கும் முணுமுணுத்துக் கொண்டே போனான். முதல் ஓவரில் பதின்மூன்று ஓட்டங்கள். அவன் போட்ட இரண்டாவதில் பன்னிரண்டு ஓட்டங்கள். அவனுக்கு பௌலிங்கே தரக்கூடாது என்று சொல்ல இப்போது பத்துப் பேர் இருப்பார்கள்.

எனக்கு நம்பிக்கையான நாராயணன், அவன் பங்குக்கு இரண்டு பேரை ஆட்டமிழக்கச் செய்தான். நான் மூன்று பேரை அவுட் செய்தேன். ஆனால் யாருமே புரிந்துகொள்ள முடியாத வகையில் பௌலிங் போடும் ராமநாதன் நான்கு! நியூட்டன் விதி என்று ஒன்றிருக்கிறது. பந்துவீச்சில் அது மிக நுட்பமாகச் செயல்படும். அந்த விதியைத் தெரிந்து பந்து வீசுபவன் யாரையும் திணற அடிக்க முடியும். ஆனால் ராமநாதன் பந்து? அவன் போட்டால் அதற்கு மட்டும் நியூட்டன் விதியிலிருந்து விதி விலக்குப் போல உருண்டு வரும். உருண்டு வரும்போது திசை மாறும். பிராட்மன் பாடிலைன் பௌலிங்கைச் சமாளித்தார். ஆனால் அவரால் ராமநாதனிடம் என்னசெய்ய முடியும்? அவுட் ஆகிவிட்டு ஒன்றும் புரியாமல் திரும்ப வேண்டும்.

எனக்கே ஆச்சரியமாக இருந்தது. சிக்ஸர், சிக்ஸராகக் கிளப்பும் ராம்சந்தர் அன்று ஒரு ரன். சுப்பாராவ் பதின்மூன்று, பிரம்மசிம்மா (இவன் ஜெய்சிம்மாவின் அண்ணன்) இரண்டு. எம்.சி.சி.யைச் சரியாக எண்பதுக்குத் தீர்த்து விட்டோம்.

முணுமுணுப்பதில் ராஜுவோடு மதன் மோகன் என்ற பையனும் சேர்த்தி. நான் அவர்கள் இரண்டு பேரையும்

முதலில் அனுப்பினேன். எம்.சி.சி.யிடம் நல்ல வேகப் பந்துக் காரர்கள் உண்டு. அவர்கள் ஹக்கீம் தரத்திலில்லை என்றாலும், எங்களைவிட மேலானவர்கள்.

ராஜு முதல் பந்திலேயே காலில் அடி வாங்கிக் கொண்டான். ஒருமாதிரி முதல் ஓவரைச் சமாளித்தான். ஆனால், இரண்டாவது ஓவரில் சுப்பாராவ் பந்தில் அவனுடைய விக்கெட் பறந்தது. அதே ஓவரில் மதன்மோகனும் மிகக் கேவலமாக அவுட்! நான் எப்போதும் நம்பிய அலெக் ராஸ்கூட அவுட்டானபோது, எனக்கு மிகவும் கவலையாகிவிட்டது. ஆனால் நானும் ராமநாதனும் வெகுநேரம் ஆடினோம். ஐம்பது, அறுபது... எண்பது, தொண்ணூறு, நூறு... நூற்றிருபத்தெட்டு!

எம்.சி.சி.க்காரர்கள் இரண்டாம் முறை ஆட ஆரம்பித்தார்கள். நான் சுப்பாராவிடம், "இன்னைக்குப் போதும்ப்பா" என்றேன். அவனுடைய ஆட்டக்காரர்கள் உடனே ஒப்புக் கொண்டார்கள். மௌனமாக எல்லாரும் வீடு திரும்பினோம்.

அடுத்தநாள் என் கட்சியில் ராஜு வரவில்லை. சுப்பாராவ் கோஷ்டியில் இருவர் பேர் வரவில்லை. இருப்பவர்களை வைத்து ஆடினோம். இந்தமுறையும் அவர்கள் சொல்லி வைத்தாற்போல் முதல் இன்னிங்ஸ் எண்பதுக்கே அவுட். நாங்கள் முப்பத்திரண்டு எடுத்தால் போதுமானது.

இந்தமுறை நான் முதலிலேயே ஆடப்போனபோது யாரும் வாய் பேசவில்லை. அந்த இரு நாள் எம்.சி.சி. மாட்ச், நான் ஓராண்டுக் காலம் செய்ய முடியாததைப் பூர்த்தி செய்து விட்டது. இனிமேல் முணுமுணுப்புகள் இருக்காது.

இந்த முறையும் அலெக் ராஸ் முதலிலேயே அவுட் ஆகிவிட்டான். எங்கள் கோஷ்டியிலேயே மிகவும் சிறுவனான ஸ்ரீராம் தைரியமாக ஆடினான். நாங்கள் இருவருமாக முப்பதுக்கு வந்துவிட்டோம்.

அப்போது எம்.சி.சி.யின் அரட்டை வாய் ராம்சந்தர் போட்ட பந்து என் மட்டையில் பட்டுப் பின்புறம் போயிற்று. எங்கள் கோஷ்டியில் அது சர்வ சகஜம். ஆனால் எனக்கு சுப்பாராவ் பின்னால் நின்றிருந்தது தெரியாது. அவன் பிடித்து விட்டான். அதையும் நான் பார்க்கவில்லை. நான் அடுத்த பந்துக்காக நின்றுகொண்டிருந்தேன். ராம்சந்தார் அவனிடத்தி லிருந்து சிரித்துக்கொண்டிருந்தான்.

"என்ன?"

"நீ அவுட் ..."

"எப்படி?"

"பின்னால் பார்."

பின்னால் சுப்பாராவும் சிரித்துக் கொண்டிருந்தான். "நீ அவுட்டப்பா" என்றான்.

"எப்படி?"

"நான் காட்ச் பிடிச்சேம்பா."

"நான் எங்கே காட்ச் கொடுத்தேன்?"

"ஸ்லிப்புலே."

எங்கள் அளவில் ஸ்லிப்பில் பிடிபட்டு அவுட்டாவது அதுவே முதல்முறை.

"சும்மா போ, இன்னும் இரண்டு ஓட்டந்தானே" என்று சுப்பாராவ் சொன்னான்.

அந்த இரண்டு ஓட்டங்களுக்குள், இன்னொருவன் அவுட்! நாங்கள் ஜெயித்தோம் என்றாலும், அந்தத் திணறல் எல்லா உற்சாகத்தையும் அடித்துவிட்டது.

எம்.சி.சி.க்காரர்கள் முகத்தில் ஈயாடவில்லை. சுப்பாராவ் ஒருவன்தான் என்னைத் தட்டிக்கொடுத்து, "நான் சொல்லலே? உன்னது நல்ல டீம்ப்பா" என்றான்.

நான் 'சரி', 'ஆம்' என்று சொல்லவில்லை.

அந்த மாட்ச்சுக்குப் பிறகு நாங்கள் யாருமே கிரிக்கெட் விளையாடவில்லை. ரஜாக்கார்கள் எங்கள் மைதானங்கள் அனைத்தையும் கைப்பற்றிக் கொண்டார்கள். சில மாதங்கள் தாம்! ஆனால் அதற்குள் எல்லாக் கோஷ்டிகளும் கலைந்து விட்டன.

நான் சுப்பாராவைத் தோற்கடித்திருக்கலாம். ஆனால் என்னை ஸ்லிப்பில் காட்ச் பிடித்து அவுட்டாக்கிவிட்டான். இது நடந்து அறுபது ஆண்டுகள் ஆகின்றன. ஆனால் இன்றும் என்வரை ஜெயித்தவன் சுப்பாராவ்தான்!

கல்கி, பிப்ரவரி 2010

தேள்

இரட்டைக் குழந்தைகளாகப் பிறந்தவர்களுக்குத் தேள் பயம் கிடையாது என்பார்கள். அதாவது தேள் அவர்களைக் கொட்டினால் கடுக்காது. அதேபோல இரட்டைக் குழந்தைகளாகப் பிறந்த குழந்தைகள் நீவி விட்டால் சுளுக்கு அகலும் என்பார்கள். இதற்கெல்லாம் விஞ்ஞானப்பூர்வமாக விளக்கங்கள் கிடையாது.

என் அப்பா இரட்டையாகப் பிறந்தவர் என்று நான் உயர்நிலைப் பள்ளியில் படிக்கும்போதுதான் தெரிந்தது. என் அப்பாவின் பழைய புத்தகம் ஒன்றில் லட்சுமணன் என்றுதான் பெயர் எழுதியிருந்தது. கையெழுத்து நிச்சயமாக என் அப்பாவுடையது தான். என் அப்பாவுக்கு மட்டுமல்ல, அவருடைய சகோதரர்கள் அனைவருக்கும் அழகான கையெழுத்து. அந்த நாளில் பள்ளிப் படிப்பின்போது இந்தக் கையெழுத்துக்கு மிகுந்த முக்கியத்துவம் இருந்திருக்க வேண்டும். ஆங்கிலத்தில் அச்சு எழுத்தில் பெரியது, சிறியது என்று இருப்பது போலக் கையெழுத்துக்கும் பெரியது, சிறியது என்று உண்டு. இன்று பெரியவர்கள் பலருக்கே இதுபற்றி அதிகம் தெரியாது. என் அப்பா அவருடைய புத்தகங்கள் அனைத்திலும் கையெழுத்தில்தான் அவருடைய பெயரை எழுதியிருப்பார். நிறையச் சுழிகள் இருக்கும்.

லட்சுமணன் என்ற பெயர் மாறிப்போனதற்குக் காரணம் அவருடைய இரட்டையாக அண்ணன் ராமச்சந்திரன் அற்பாயுசில் இறந்து போனதுதான். பதினைந்து வயதுக்குப் பிறகு என் அப்பாவுக்குப் புதுப் பெயர். இந்தப் பெயர் மாற்றம், பிறந்த தேதி மாற்றம் முன்பு மிகவும் எளிதாக இருந்திருக்க வேண்டும்.

உண்மையில் யாருக்கும் யாருடைய உண்மை வயது என்ன வென்று தெரியாது. யாரோ பெரியவர்கள் சொன்னதைவைத்து அரசு அதிகாரி ஒருவர் சஷ்டியப்த பூர்த்தி செய்து கொள்ள, அரசு அவரை வேலையை விட்டு நிறுத்தியது. என் நிஜ வயது என்ன என்று எனக்கு உண்மையாகவே தெரியாது என்றால் எப்படி சஷ்டியப்த பூர்த்தி செய்து கொண்டாய் என்று கேள்வி எழும் அல்லவா?

இதேபோல என் அப்பாவுக்கும் உண்மை வயது தெரியாது. இந்த நாளில் வேறு பெயர்வைத்துக் கொள்ளும்போது ராஜராஜ சோழன், நெடுஞ்செழியப் பாண்டியன் என்றெல்லாம் வேலூர்க்காரர்கள் பெயர்வைத்துக் கொள்கிறார்கள். என் அப்பாவுக்குச் சோழ நாடு என்றாலும் சர்ச்சையே எழாத ஒரு சைவப் பெயரை வைத்துக்கொண்டார். அவர் எங்கே வைத்துக்கொண்டிருப்பார்? பாட்டி அல்லது அத்தை வைத்திருப்பாள்.

என் அப்பாவைத் திரும்பத் திரும்பத் தேள் கொட்டியதை நான் அறிவேன். என் அப்பா அலுவலகத்துக்கு ஜோடு போட்டுக் கொண்டுதான் போக வேண்டும். ஒருநாள் அதைக் கவிழ்த்துத் தட்டாமல் போட்டுக்கொண்டு போய்விட்டார். நாள் எல்லாம் காலைக் கடித்துக்கொண்டே இருந்திருக்கிறது. அவருக்கு ஜோடைக் கழற்றிப் பார்க்க வேண்டும் என்று தோன்றவில்லை. ஒருவேளை அந்த அலுவலகத்தில் அது சாத்தியமாக இல்லாமல் போயிருக்கலாம். மாலை வீடு திரும்பிய பிறகு ஜோடைக் கழற்றினால் அதிலிருந்து ஒரு செத்த தேள் கீழே விழுந்தது.

வீட்டில் அப்பாதான் காலையிலேயே எழுந்து விடுவார். வீடு மண்ணால் கட்டப்பட்ட வீடு. என்னதான் பராமரித்தாலும் எலிவளை, கதவருகில் சந்து, உதிர்ந்த காரை இவற்றைத் தவிர்க்க முடியாது. நாங்கள் இருந்த ஊரில் பத்து மாதம் வெயிற்காலம். ஒன்றே முக்கால் மாதம் குளிர்காலம். கால் மாதம் சிறிது மழை பெய்யும். இந்த மாதிரி இடங்கள் தேள், பூரான் பரம்பரை பரம்பரையாக வாழ்வதற்கு மிகவும் ஏற்ற இடம்.

அப்பா காலையில் கும்மட்டியைப் பற்றவைக்கப் போயிருக் கிறார். இது ஒரு வாணலிக்குக் கால் வைத்த மாதிரி இருக்கும். சிறிய கரித்துண்டுகளாக மேல் பகுதியில் போட்டுவிட்டுக் கீழே பாதம் போல் இருக்கும் பகுதியில் உள்ள துவாரத்தில் ஒரு காகிதத்தைக் கசக்கிப் பற்றவைக்க வேண்டும். அப்பா காகிதத்தைப் பற்றவைத்தவுடன் கரி நடுவிலிருந்து ஒரு குட்டித் தேள் வந்திருக்கிறது. அது நெருப்பில் சாக வேண்டாம் என்று

அசோகமித்திரன்

ஒரு சிறு குச்சி கொண்டு அதைத் தூக்கி எறிய அப்பா முயன்றிருக்கிறார். ஆனால் நொடிப் பொழுதில் அந்தக் குச்சி மூலம் தேள் குட்டி ஏறி அப்பாவைக் கொட்டிவிட்டது. பின்னர் என்ன? தேள் எப்படியும் சாக நேர்ந்தது. அப்பாவுக்கு அன்று நாள் முழுதும் கை கடுத்தது என்றார். குட்டித் தேளானாலும் நல்ல விஷத் தேள்.

நானும் என்றாவது ஒரு நாள் நானாகவே தேளைப் பார்த்து அடிக்க வேண்டும் என்றிருந்தேன். சற்றுக் கொடூரமான எண்ணம்தான். ஆனால் திரும்பத் திரும்ப என் அப்பாவைக் கொட்டும் தேள் வம்சத்துடன் நான் எப்படி நட்புறவு கொள்ள முடியும்? ஆனால் என் கண்ணில் தேள் தெரியவில்லை. சென்னை அருங்காட்சியகத்தில்தான் எவ்வளவு வகைத் தேள்களைப் பதப்படுத்திக் காட்சிக்கு வைத்திருக்கிறார்கள்..! பார்த்தாலே பயப்படும்படிதான் இருக்கிறது.

நான் காசிக்குச் சென்ற இரு தருணங்களிலும் என் அப்பா இல்லை. அங்கே கங்கையில் குளிக்கும்போது அவரை நினைத்துக்கொள்வேன். என் அப்பாவும் ஒருமுறை என் அம்மாவை மட்டும் அழைத்துக்கொண்டு காசிக்குப் போயிருக்கிறார். செலவை இழுத்துப் பிடித்துக்கொண்டுதான் போயிருக்கிறார். ஆனால் நட்சத்ரேயனைத்தான் பட்சிப்பேன் என்பது போல் அப்பாவிடம் இருந்த சிறிய தொகையை ரயிலில் ஒருவன் திருடிவிட்டான். மிகவும் சிரமப்பட்டுப் போய் வந்து யாருக்கோ ஐம்பது ரூபாய் மணியார்டர் செய்தார்.

இரண்டாம் முறை நான் காசிக்குப் போனபோது எலும்பு முறிவால் நிற்பதே கஷ்டம் எனக்கு. என்னை மிகவும் சாதுவான மராட்டியர் ஒருவர் அழைத்துப் போனார். தசாஸ்வமேத கட்டம் ஒன்றுக்குத்தான் ஒரு ரிக்ஷா வைத்துக்கொண்டு போக முடியும். அதன் பிறகு அவர் அப்படியே மணலில் உட்காரச் சொன்னார். உட்கார்ந்தபடியே முன்னேறித் தண்ணீரை அடைந்து அப்படியே தலைமுழுகச் சொன்னார். இந்தமுறை தான் எனக்குக் கங்கையில் தலைமுழுக வாய்ப்பளித்தது. அந்தச் சாதுவான மனிதருக்குப் பயங்கரமான பெயர். வாக்மாரி! வாக்மாரி என்றால் புலியை வீழ்த்தியவன் என்று பொருள். இதை அறிந்தபோதும் நான் என் அப்பாவைத் திரும்பத் திரும்பக் கொட்டிய தேள்களை நினைத்துக்கொண்டேன்.

திடீரென்று என் கண்ணுக்கு ஒரு பாம்பு தெரிந்தது. மூன்றடி, நான்கடி கூட இருக்கும். எங்கே இருந்தது என்று தெரியாது. சுமார் நூறு கஜ தூரத்தை நிமிஷமாகக் கடந்து

பால்தாஸ் என்பவரின் தோட்டத்திற்குப் போய்விட்டது. நான் பால்தாஸ் வீட்டிற்குச் சென்று இதைத் தெரிவித்தேன். அந்த வீட்டில் சிரித்தார்கள். பாம்பு அவருக்கும் வீட்டிலுள்ளோருக்கும் ஒரு தினசரி நிகழ்ச்சி.

நான்கு மாதங்கள் கழித்து எங்கள் சமையலறையில் பாம்பு. அதிகாலை. நான் மற்றவர்களை எழுப்பிச் சொல்வதற்குள் எங்கேயோ போய்விட்டது. சிலர் நம்பக்கூட இல்லை.

மூன்றாம் முறை வீட்டு வாசலிலேயே பாம்பு சுருண்டு படுத்திருந்தது. அன்றும் நான்தான் பார்த்தேன். கதவைத் தடாரென்று சாத்தினேன். இம்முறை பாம்பு அங்கிருந்து வெளியே போவதை வீட்டிலிருந்தவர்கள் பார்த்தார்கள்.

எனக்குச் சற்று வேதனையாக இருந்தது. ஏன் என் கண்ணில் இவ்வளவு சிறு இடைவெளியில் பாம்பு தென்படுகிறது?

அதற்குப் பதில் போல நான் கடைசியாகப் பாம்பைப் பார்த்த பதினைந்து நாட்களுக்குள் என் அப்பா திடீரென்று இறந்து போனார்.

இன்று அவர் இறந்து நான் ஐம்பது ஆண்டுகளுக்கும் அதிகமாகக் கடந்துவிட்டேன். தேளும் பாம்பும் எப்படி என் அப்பாவின் வாழ்க்கையோடு பின்னிப் பிணைந்திருக்கிறது என்று நினைக்க நினைக்க வியப்பாக இருக்கிறது.

விஜயபாரதம், அக்டோபர் 2009

யார் முதலில்?

வாச்மன், "எந்த வீட்டுக்குப் போகணும்?" என்று கேட்டார்.

"நீங்க புதுசா?"

"நீங்களும்தான் புத்சாயிருக்கீங்க."

மோகன் பொங்கி வந்த கோபத்தை அடக்கிக் கொண்டான். ஊரில் பலவிதமான திருட்டுக் குற்றங்கள் நடக்கின்றன. புதிதாக வந்த வாச்மன் ஒரு வாரம் பத்து நாட்களுக்காவது பதினெட்டுக் குடும்பங்கள் வசிக்கும் அந்த அடுக்கு மாளிகைக்கு வருகிறவர்கள், போகிறவர்கள் யார் என்று தெரிந்துகொள்ள வேண்டாமா?

"நான் பி மூணுக்குப் போறேன்."

"நாய் வீடா?"

"அதேதான். நான் டாக் டிரெயினர்."

"நீங்க தினம் வரீங்களா?"

"தினம் இரண்டு வேளை வரேன்."

"அப்படியா, நான் பாக்கலியே?"

"இதை நாலு பேர் கேக்கச் சொல்லாதீங்க."

வாச்மனுக்குச் சங்கடம் என்று தெரிந்தது. "பரவா யில்லை. நேத்துக்கூட உங்களைத் தாண்டிண்டுதான் போனேன்."

இப்படிச் சொல்லிவிட்டு மோகன் உள்ளே போனான். பதினெட்டு வீடுகளுக்கும் கார் இருக்க வேண்டும். ஆனால், அவ்வளவையும் உள்ளே நிறுத்தச்

சரியாக இடமில்லை. கார்கள் நடுவிலுள்ள சந்துகள் வழியாக வளைந்து நெளிந்து மோகன் கட்டடத்தை அடைந்தான். முன் வெராந்தா விளக்கு மங்கலாக எரிந்துகொண்டிருந்தது.

முதல் மாடியிலிருந்த பி–3 கதவின் அழைப்பு மணியை மோகன் அழுத்தினான். அதே நேரத்தில் உள்ளிருந்து நாய் குரைக்கும் சத்தம் கேட்டது.

ஒரு பெண் கதவைத் திறந்தாள். நாய் ஓடி வந்து மோகன் மீது காலை உயர்த்திச் சாய்ந்து அதன் அன்பைக் காட்டியது. மோகன் கதவருகேயே இருந்த சிறு அலமாரியிலிருந்து நாய்ச் சங்கிலியையும் ஒரு சிறிய மெல்லிய கைத்தடியும் எடுத்துக் கொண்டான். நாய் அந்த அறையிலேயே சிறிது அங்கும் இங்கும் ஓடி மோகனுக்கு வேடிக்கை காட்டிற்று. பிறகு அவனிடம் வந்து நின்று நாக்கைத் தொங்கவிட்டது.

மோகன் அவனிடமிருந்த சங்கிலியை நாயின் கழுத்துப் பட்டையில் இணைத்தான். அவன் படியிறங்க நாய் உற்சாகத் தோடு அவனையும் இழுத்தது.

“சீஸர்!” என்று மோகன் மெதுவாகத்தான் கண்டித்தான். நாய் அவனுடைய காலுடன் அதனுடலைத் தேய்த்தது.

‘கமான், கமான்’ என்று மோகன் வழக்கமாக முதலில் திரும்பும் தெருவில் திரும்பினான். அங்கேதான் இரு வரிசை களிலும் மொத்தம் ஐந்தே வீடுகள். வீட்டு வெளிச்சுவர் ஓரமாகப் புல் முளைத்திருக்கும். நாய் புல்லை முகர்ந்தபடியே நடந்தது. திடீரென்று ஓரிடத்தில் பின்னங்காலைக் குவித்தது. மோகன் நின்றான். நாய் அதன் கடனை முடித்துவிட்டு மோகனிடம் நெருங்கியது.

இந்த சீஸருக்குத் தினம் இந்த வீட்டருகில் வந்தவுடன் காலைக் கடனைத் தீர்க்கத் தோன்றுகிறது. நல்ல வேளையாக அந்த வீட்டில் யாரும் இன்னும் எழுந்திருக்கவில்லை. அவர்கள் பார்த்தால் எதிர்ப்பு எழுப்பக் கூடும். தினம் காலையில் யாரோ அங்குக் காலைக்கடன் தீர்த்தால் எந்த வீட்டுக்காரர் பொறுத்துக்கொள்வார்?

மோகன் அவன் கவனித்துக்கொள்ளும் இன்னொரு நாயை மைதானத்தில் அவிழ்த்து விட்டுவிடுவான். அது சுதந்திர மாக அங்குமிங்கும் ஓடியாடிய பிறகு அவனிடமே வந்துவிடும். இல்லையென்றாலும் குரல் கொடுத்தால் உடனே ஓடி வந்து விடும். ஜாதி நாய்கள், ஒழுங்காக வளர்க்கப்படும் நாய்கள் என்றுமே தொல்லை தராது. ஒரு நாய் வீட்டில் இருப்பது

நான்கு காவல்காரர்களுக்குச் சமம். குரைத்தே திருடனை விரட்டிவிடும்.

ஆனால், சீஸரை அவிழ்த்துவிட முடியாது. இங்கே தெருவுக்கு இரண்டு அனாதை நாய்கள். சொறி வந்து, முடி உதிர்ந்து, கால் நொண்டிக் கொண்டு, ஏதாவது உறுப்புத் தளர்ந்து தொங்கிக் கொண்டு ... இப்படியெல்லாம் இருந்தும் பெண் நாயானால் வருடத்திற்கு இருமுறை குட்டி போட்டுவிடும்.

மோகன் சீஸரை அழைத்துக்கொண்டு அடுத்த தெருவில் நுழைந்தான். அங்கே புதிராக இருந்த இடத்திற்கு நாய் அவனை இழுத்துச் சென்றது. அங்குப் புல்லை முகர்ந்து ஓரிடத்தில் மூக்கை இன்னமும் ஆழமாக நுழைத்தது. நிச்சயம் அங்கே எலும்பு ஏதாவது இருக்கும்.

மனதே வராமல் மோகன் நாயை இழுத்துக்கொண்டு நடந்தான். சீஸரும் அடுத்த கணமே எலும்பை மனதிலிருந்து நீக்கிவிட்டு அவனுடன் உற்சாகமாக முன்னேறியது. ஒரு தெரு நாய் பலகீனமாகக் குரைத்தபடி வாலைக் குழைத்துக் கொண்டு ஒதுங்கியது. சீஸர் அதை லட்சியமே செய்யாமல் நடந்தது.

பொழுது விடியத் தொடங்கியது. காலை உலாவுக்காக மத்திய வயதினர் விசேஷ ஜோடுகள் அணிந்து அங்கொருவர் இங்கொருவராகத் தெரிந்தனர். பெண்கள் வந்தால் துணையுடன் வந்தனர். மோகன் சீஸரின் சங்கிலியைக் கெட்டியாகப் பிடித்தபடி நடந்தான். நடப்பவர்களில் ஓரிருவர் தங்கள் பயம் முகத்தில் தெரியும்படி ஒதுங்குவார்கள். சீஸரும் அவர்களை ஒருமுறை உற்றுப் பார்க்கும். தெரு நாய்களை யார் விரட்டினாலும் அவை ஓடிப் போய்விடும். சீஸர் அப்படிச் செய்யாது.

சீஸருக்கு வியர்க்கத் தொடங்கியது. மோகனுக்கும் தெருக்களைச் சுற்றியது போதும் என்று தோன்றியது. நாய் இரவில் சரியாகத் தூங்கியிருக்காது. நாய்க்கு அதிகத் தூக்கம் தேவையில்லை என்றாலும் குறைந்த பட்சத் தூக்கம் அவசியம். அது கிடைக்காததால் சீக்கிரம் களைத்துவிட்டது.

வீடு போகப் போகிறோம் என்று தெரிந்தவுடன் சீஸர் மோகனுடன் விளையாடத் தொடங்கியது. மோகன் சீஸரை அவிழ்த்து விட்டான். அது வேகமாக நூறடி ஓடும். பிறகு வேகமாக வந்து மோகனைத் தாக்குவது போல அவன்மீது பாயும். மீண்டும் ஓடும். மறுபடியும் திரும்பி வந்து பாயும். இதற்குள் நன்றாக வெளிச்சமாகிவிட்டது. பால் பாக்கெட்

வீடுகளுக்குப் போடுகிறவர்களும் பேப்பர் பையன்களும் கண்ணுக்குத் தெரிய ஆரம்பித்தார்கள். ஒரு பையன் சீஸரை அழைப்பது போலச் சத்தம் எழுப்பினான். சீஸர் அவனைத் திரும்பி முறைத்துப் பார்த்தது. அவன் விரைந்து சென்று விட்டான்.

சீஸர் மோகனை வேறு திசையில் இழுத்தது. வீடு திரும்பு கிறோம் என்ற உற்சாகம். ஆனால், வீட்டை நெருங்கியவுடன் இன்னொரு சுற்று வேண்டும் என்பது போலப் பிடிவாதம்.

நாய்களுக்கும் மலச்சிக்கல் நேரும். வீட்டிலேயே வளரும் நாய்களுக்கு அவ்வப்போது அது நேர்ந்துவிடும். அப்போது அதற்கு இன்னும் சிறிது நடக்க வேண்டும் என்று தோன்றும். களைப்பில் கூட மலச்சிக்கலைத் தீர்க்கும் வகையில்தான் அதைப் பராமரிக்க வேண்டும்.

மோகனின் சங்கடம், இப்போது நன்றாக விடிந்து விட்டது. நாய்க்குப் பழக்கமான இடத்தில் இப்போது வீடு திறந்து அவர்கள் யாராவது வாசற்புறம்கூட இருக்கக் கூடும். நாயை வேறு தெருவுக்குத்தான் கூட்டிப்போக வேண்டும்.

மோகனுக்கு அவனுடைய குழந்தை நினைவுக்கு வந்தது. குழந்தையை அன்று வைத்தியரிடம் அவசியம் அழைத்துச் செல்ல வேண்டும். வைத்தியருக்கு டாக் டிரெயினர் என்றால் தெரியவில்லை. "அது என்ன, சர்க்கஸ் நாயா?"

"நாம் வளர்க்கும் நாய் எதுவாக இருந்தாலும் அதை டிரெயின் செய்ய வேண்டும்."

வைத்தியருக்கு அது பெரிய விஷயமாகத் தெரியவில்லை. அவர் தவளையைக் கீறிப் பார்த்திருப்பார். மேல் வகுப்பில் ஓர் அனாதைப் பிணத்தை இன்னும் நான்கைந்து மாணவர் களோடு கீறிப் பார்த்திருப்பார். ஆனால், நாய் மனம் மனித மனத்தைவிட நுட்பமானது; அது அதற்கேயுரிய உணர்வு களோடு எஜமானனின் உணர்வுகளையும் பெற்றுவிடும்; ஒரு மனிதன் நாயை எவ்வளவு வேண்டுமானாலும் நம்பலாம். அது துரோகம் செய்யாது; இதெல்லாம் அவர் அறிந்திருக்க மாட்டார்.

மனைவி மறந்துவிடுகிறாள். நண்பர்கள் மறந்து விடுகிறார்கள். உறவினர்கள் மறந்துவிடுகிறார்கள். அவன் நல்ல உடை உடுத்தியிருந்தாலும் இல்லாது போனாலும் அவன் பழக்கும் நாய்கள் அவனுடைய ஒவ்வொரு ஆணையையும் மறக்காமல் கடைப்பிடிக்கும். அவனுடைய மனநிலையறிந்து அவனிடம் கொஞ்சும், விளையாடும், ஒதுங்கி இருக்கும்.

அவனும் நாயின் மூக்கைக்கொண்டே அதன் அன்றைய உடல்நிலையை உணர்ந்துவிடுவான். அவனுடைய மனைவிக்கும் மாமியாருக்கும் அவனுடைய தொழிலில் நினைத்த போதெல்லாம் பணம் கிடைக்காது என்று தெரியாது. காவல் துறையில் எடுத்துக் கொள்ளலாம். அதற்கெல்லாம் பொறுத்திருக்க வேண்டும். ஆனால், அவனுக்கு அந்த மாதிரிச் சீருடை வேலை சம்மதமில்லை. செல்லப் பிராணிகள் கடை மாதிரி ஒன்று தொடங்க வேண்டும். பிராணிகள் மருத்துவர்கள் இருக்கிறார்கள். ஆனால், நாயை வேறு யாரோ வாயைக் கட்டி மேஜைமீது கிடத்தினால் அதன் பிறகு அவர்கள் வைத்தியம் செய்வார்கள்.

சீஸர் இப்போது வீடு திரும்பத் தயாராகிவிட்டது. மோகனுக்கும் காபி சாப்பிட வேண்டும். சீஸரை அதன் வீட்டில் கொண்டு போய்விட்டு வெளியே வந்து அவனுடைய மோட்டார் சைக்கிளைக் கிளப்பினான். அதன் வீட்டிலிருந்து சீஸர் குரைத்தது.

நாய்கள் மறப்பதில்லை என்று மோகன் கூறிக் கொண்டான்.

காலை உணவுக்குப் பிறகு மோகன் மீண்டும் மோட்டார் சைக்கிளைக் கிளப்பினான். இந்த வீடு நகர எல்லைகளுக்குள் இருந்தும் ஒரு பண்ணை வீடாக மாற்றப்பட்டிருந்தது. அந்த மனையை ஒருவர் எப்போதோ மிகவும் மலிவாக வாங்கி இருந்தார். அவரே வடிவமைத்த வீடு. வெளிச்சத்துக்காகக் கூரையில் மூன்று இடங்களில் திறந்த முற்றம் போல அமைத்திருந்தார். குடும்பத்தார் மிகவும் வற்புறுத்தி அந்த மூன்று முற்றங்களுக்கும் கம்பி போடச் செய்திருந்தார்கள். அவர் ஒரு நாய் போதும் என்றார். அந்த நாய்க்கும் இப்போது வயதாகிவிட்டது. குரைக்கிறது. ஆனால் முன்பிருந்த துடிப்பு இல்லை. அதன் எஜமானனைத் தவிர மோகன் ஒருவனால் தான் அதன் வாலில் சிக்கிக்கொள்ளும் பூச்சிகளை அகற்ற அனுமதிக்கும்.

குட்டியாக இருந்தபோது அது மோகனைக் கடித்து விட்டது. உடனே பெரிய தவறு செய்துவிட்டோம் என்று கண்களால் மன்னிப்புக் கேட்ட வண்ணமே இருந்தது. அந்தப் பண்ணை வீட்டுக்காரரின் வீட்டு மோட்டார் காரில் மோகன் தான் நாயைப் பிராணிகள் மருத்துவரிடம் அழைத்துப் போனான்.

மோகன், நாய் இருவருக்கும் ஊசி. பாதிப்பு ஏதும் ஏற்பட வில்லை. ஆனால் நாய்தான் குற்ற உணர்வோடு மோகனைக் கண்டாலே வாலைக் கால்களுக்கிடையில் குழைத்துக் கொள்ளும். அதை எவ்வளவு கொஞ்சினாலும் நாய் சற்று

விலகியே இருந்தது. யாராவது சுவர் ஏறிக் குதித்தால் குரைத்துக் காலைக் கவ்வ வேண்டும், கடிக்கக் கூடாது என்று மோகன் பழக்கினான். அந்த வீடு இருந்த இடமும் மும்முரமான இடமாக மாறியதில் வீட்டு முன்னால் பலர் வந்து போக வேண்டியிருந்தது. நாயைக் கட்டித்தான் போட வேண்டியிருந்தது.

மோகன் மோட்டார் சைக்கிள் சத்தம் கேட்டவுடனேயே நாய் எழுந்து உடலைச் சிலிர்த்துக் கொள்ளும். வெளி கேட் பூட்டி இருந்தது. கேட் அருகிலேயே இருந்த மணியை மோகன் அழுத்தினான். ஐந்து நிமிடங்களாகியும் யாரும் வரவில்லை. மோகன் 'டைகர்!' என்று இருமுறை குரல் கொடுத்தான. ஒரு பணியாள் சாவி எடுத்து வந்து கேட் பூட்டைத் திறந்தான். மோகன் மோட்டார் சைக்கிளுடன் உள்ளே வந்ததும் பணியாள் வாசல் கேட்டை மீண்டும் பூட்டினான்.

வீடு நிசப்தத்தில் ஆழ்ந்திருந்தது. எல்லோரும் இருந்தார்கள். எஜமானியம்மாவுக்கு உடல்நிலை சரியில்லை. அவளை மருத்துவ மனைக்கு எடுத்துச் செல்ல வீட்டிலுள்ளோர் தயாராக இருந்தாலும் அவள் போகிற உயிர் வீட்டில்தான் போக வேண்டும் என்பதில் உறுதியாக இருந்தாள். எஜமானரும் அப்படித்தான் சொன்னாலும் அவரை மருத்துவமனைக்கு எடுத்துச் சென்றார்கள். அங்கு ஏதேதோ செய்யப்பட்டது. அவர் உடலில் ஏகப்பட்ட குழாய்கள் பொருத்தப்பட்ட நிலையில் உயிர் போய்விட்டது.

மோகன் நாயிடம் சென்றான். நாய் எழுந்து நின்று வாலை ஆட்டியது. உடனே படுத்துவிட்டது. நாய்க்கு லேசாகச் சுரம். மூக்கு உலர்ந்திருந்தது.

மோகன் நாயைத் தடவிக் கொடுத்துவிட்டு எஜமானியம்மா படுத்திருந்த அறைக்குச் சென்றான். நர்ஸ் "கால் ஷூவைக் கழற்றிவிட்டு வாங்க" என்றாள். அவன் வெள்ளை ஜோடு அணிந்திருந்தான்.

"என்ன மோகன்?" என்று எஜமானியம்மா மெதுவாகப் பேசினாள். கையை அசைத்தாள். "என்னை எங்கேயும் எடுத்துண்டு போகாதேன்னு சொல்லு" என்று காதில் சொன்னாள். முகம் பளபளவென்று இருந்தது. கண்கள்தாம் நீர் கசிந்த வண்ணம் இருந்தன.

அந்த அம்மாளின் கையைக் கைகளில் எடுத்து மோகன் அவளுடைய புறங்கையை மெதுவாகத் தட்டினான். அவளுக்கு நாய்மீது விசேஷ அன்பு இல்லாது போனாலும் மோகன் வந்தால் அவனை வரவேற்று ஏதாவது சாப்பிடச்

சொல்வாள். ஒருமுறை அவன் வீட்டிற்குச் சென்று அவனுடைய மனைவி குழந்தைக்குத் துணிமணி பழங்கள் கொடுத்து அரை மணி நேரம் பேசிக்கொண்டிருந்தாள். இப்போது சற்றுக் கவலைக்கிடமாகத்தான் இருந்தாள்.

"நாயைப் பார்த்துட்டயா?" என்று கையால் கேட்டாள்.

"அதுவும் படுத்திண்டிருக்கம்மா. ரத்த ஓட்டம் சரியில்லை."

அவள் பேசாதிருந்தாள்.

"எல்லாம் மனுஷங்க மாதிரிதானே?"

"இருக்கும்பா. நான் அதைக் கவனிச்சதே இல்லே. இங்கே அழைச்சிண்டு வரயா?"

மோகன் நர்ஸிடம் சென்று கேட்டான்.

"இரண்டு செகண்ட். ஆனா அம்மாவை நக்க விடாதீங்க" என்றாள். தொடர்ந்து "நாயைக் கதவுக் கிட்டேயே வைச்சுக்கங்க" என்றாள்.

மோகன் நாயின் கழுத்துப் பட்டையைப் பிடித்து எழுப்பினான். நாய் நின்றது. "வா, அம்மாவைப் பாக்கலாம்" என்று சொல்லி அழைத்துச் சென்றான்.

எஜமானியம்மா கண்களை மூடியபடி இருந்தாள். "அம்மா" என்று மோகன் குரல் கொடுத்தான். மறுபடியும் சற்று உரத்து "அம்மா" என்றான்.

நர்ஸ் எஜமானியம்மாவின் தலையைத் தலையணையுடன் சற்றுத் தூக்கினாள். எஜமானியம்மா நாயைப் பார்த்தாள். நாய் வாலை ஆட்டியது.

எஜமானியம்மா மீண்டும் கண்களை மூடிக் கொண்டு விட்டாள். நாய் தயக்கத்துடன் அதனிடத்திற்குச் சென்றது. போய் உடனே படுத்துவிட்டது.

வீட்டு மூத்த மகன் மோகனுக்காகக் காத்திருந்தார். "நீங்க சொல்லுங்களேன். அம்மா கேப்பாங்க" என்றார்.

"என்ன சொல்லணும்?"

"நர்ஸிங் ஹோம் போயிடலாம்னு. இங்கே நாளெல்லாம் யாராவது தொந்தரவு பண்ணிண்டிருக்காங்க. இந்த நர்ஸுக்கு ஒண்ணுமே தெரியலே."

"அறை சுத்தமா இருக்கணும்கிறாங்க. அம்மாவுக்கு டியூப் ஏதாவது வைச்சிருக்கா?"

"ஆமாம். படுக்கையடியிலே செப்டிக் பையிருக்கே?"

"வீடு விஷயத்திலே மனுஷங்க மனசைப் புரிஞ்சுக்கிறது கஷ்டம். திடீர்னு இன்னிக்கு நாயைக் காட்டுன்னாங்க."

"அதுவும் கூடவே இருந்து வயசாயிடுத்து, எனக்கு லீவே இல்லை. நர்ஸிங் ஹோம்லே விட்டா நான் ஆபீஸ்லே தலையைக் காட்டலாம்."

மோகன் பதில் பேசாதிருந்தான். "நான் கிளம்பறேன். ஏதாவது யார்கிட்டேயாவது சொல்லணும்னா சொல்லிட்டுப் போறேன்."

"இல்லே, ஒண்ணும் வேண்டாம். நாய் ஏன் நேத்துலேர்ந்து சாப்பிடலே?"

"அதுக்கும் சுரம். மத்தியானமா இருக்கிற இடத்திலேயே சுத்திச் சுத்தி வரும். அதை அவுத்துக்கூட விட்டுடலாம். அதுக்கு நிக்கறதுக்கே சக்தி இல்லை."

வீட்டில் மாமியார்தான் இருந்தாள்.

"அமுதா எங்கே?" என்று மோகன் கேட்டான்.

"டாக்டர்கிட்டே போனா."

"போய்ப் போன் பண்ணினாளா?"

"டாக்டரைப் பாத்துட்டா. மார்ச்சளி. இருபத்திநாலு மணி நேரமும் குழந்தையை ஃபேனடியிலே வைச்சிருக்காதேன்னிருக்காரு."

இதையே மோகன் சொன்னால் கேட்க மாட்டார்கள். இப்போது மார்பில் சளி.

"நீங்க போற ஒரு வீட்டிலே அந்தப் பெரியம்மாவுக்கு உடம்பு சரியில்லேன்னு சொன்னீங்களே? தேவலாமா?"

"அந்த வீட்டைச் சுத்தி ஏகப்பட்ட செடி கொடி. பெரியவரு ஏதோ எண்ணத்திலே வளத்தாரு. செடி வேணுந்தான். ஆனா வீட்டுச் சுவரு மேலே படறவிட்டா ஏதேதோ பூச்சி வந்துடறது. அங்கே நாய்க்கும் உடம்பு சரியில்லே."

மோகன் மனைவி மருந்து வாங்கிக்கொண்டு வீடு திரும்பிக் குழந்தையைக் கீழே துணி விரித்துப் படுக்கவைத்தாள். அவ்வளவு சளியுடனும் குழந்தை தூங்கிக்கொண்டிருந்தது.

"விக்ஸ் தடவிக் கழுத்துவரை வெறும் துணி போட்டுப் போர்த்தி வை. கம்பளி எல்லாம் வேண்டாம்."

அமுதா மோகனைப் பார்த்தாள். "நீங்களும் வந்திருக்கலா மில்லே?"

"வந்திருக்கலாம். ஆனா நீயே போனதும் நல்லதுதான். நான் போனா இரண்டே வார்த்தை சொல்லிப் போகச் சொல்லிடறாரு."

அமுதா முதலில் பதில் பேசவில்லை. அப்புறம் சட்டென்று, "இனிமே குழந்தைக்கு டீ ஷர்ட்டே போட்டுடாதீங்க" என்றாள்.

குழந்தைக்கு அவன் உடுப்புப் போட்டது கிடையாது. பளிச்சென்று இருந்ததே என்று இரண்டு டீ ஷர்ட் பத்து நாட்கள் முன்பு வாங்கியிருந்தான். அமுதாதான் குழந்தைக்கு டீ ஷர்ட்டை மாற்றி மாற்றிப் போட்டாள்.

"சரி, நான் குழந்தைகிட்டே இருக்கேன். உனக்கு வேறே வேலை இருந்தா அதைக் கவனி."

அமுதா எழுந்து உள்ளே போனாள். மோகனின் கைபேசி நடுங்கியது. மோகன் அவன் காதருகே வைத்துக் கொண்டான். டைகர் இறந்துவிட்டது.

***சக்தி*, 2009**

❖ ❖ ❖

வெள்ளை மரணங்கள்

முதல் உலக யுத்தத்தின்போது அங்குத் தங்கிய வெள்ளைக்காரச் சிப்பாய்களுக்காக 300 அடி நீளமும் 40 அடி அகலமும் கொண்ட அந்த உயரமான சீமை ஓட்டுக் கொட்டகை கட்டப்பட்டு இருக்க வேண்டும். பின்னர், ராணுவம் கலைக்கப்பட்டதும் அந்த நீளக் கொட்டகை நிஜாம் ரயில்வேக்குக் கொடுக்கப்பட்டு இருக்க வேண்டும். அது 12 ஆகப் பிரிக்கப்பட்டு, அதில் கடைசி வீடு எங்கள் அப்பாவுக்குக் கொடுக்கப்பட்டது. அந்த வீடுகள் 'ரன்னிங் ஸ்டாஃப்' என்று கார்டு, டிக்கெட் பரிசோதகர்கள் போன்றவர்களுக்கு. எங்கள் அப்பா அலுவலகத்துக்கு 10 மணிக்குப் போய் அவருடைய மேலதிகாரிகள் வீட்டுக்குக் கிளம்பிய பிறகு கிளம்புவார். சில தருணங்களில் ஆபீஸ் காகிதக் கட்டுகளை வீட்டில் கொண்டுவந்து குறிப்பு எழுதுவார்.

எங்கள் வீட்டுக்கு முன் வாசல், கொல்லை, பக்க வாட்டில் வாயிற்படி என்று மூன்று வாயிற்படிகள் உண்டு. ஆதலால், ஒவ்வோர் இரவிலும் கவலை இல்லாமல் தூங்க மூன்று கதவுகளையும் பூட்ட வேண்டும். அலிகார் பூட்டுகள் என்று நாங்கள் பல பெரிய பூட்டுகளை வைத்திருந்தோம்.

கொட்டகை கிழக்கு மேற்காகக் கட்டப்பட்டது. நாங்கள் பக்கவாட்டுக் கதவைத் திறந்தால், வெயில் சுளீரென்று 12 மணி வரை அடிக்கும். அந்த நாளில் அரிசி, பருப்பு, கடுகு, மிளகாய் வற்றல் எல்லாமே பயன்படுத்துவதற்கு முன்பு அவற்றில் கலந்துள்ள குப்பை, சத்தை, கல், களிமண் உருண்டை முதலியவற்றை விலக்க வேண்டும். அரிசி, பருப்பைப் புடைக்க வேண்டியிருக்கும். அதற்கு மூங்கில் பிளாச்சுகளால் செய்யப்பட்ட முறம்

வேண்டும். முறத்தையும் வாங்கினபடியே பயன்படுத்த முடியாது. காகிதத்தை ஆட்டுக்கல்லில் தண்ணீரும் வெந்தயமும்விட்டு அரைத்து, மெழுகு போலச் செய்து, அதை முறத்தின் இரு புறங்களிலும் பூசி உலரவைக்க வேண்டும். வீட்டுப் பெண்மணிகளுக்கு நாளெல்லாம் ஓயாத வேலை இருக்கும். எல்லாம் கிழக்கு வாசல் படியில்தான்.

இம்மாதிரி வீட்டு வேலையில் சிறிதும் உதவாது நானும் என் பெரிய அக்காவும் மைல்கணக்கில் பரந்திருந்த வெட்ட வெளியில் சுற்றப் போய்விடுவோம். பூமி சம தரையாக இருக்காது. மேடும் பள்ளமுமாக இருக்கும். பயிர் செய்து பயன்படுத்த முடியாத மண். இந்த வெட்டவெளியில் ஓர் இடத்தில் ஆளுயரச் சுற்றுச்சுவர் கட்டி, அதற்கு இருந்த ஒரே கதவு பூட்டப்பட்டு இருந்தது. அதற்கு முன் சற்றுப் புதுக் கொட்டகை. வேலை இல்லாத முதிய ஏழைக் கிறித்துவர் களுக்கு, அவர்களுக்குத் தெரிந்த வேலை செய்து, சிறிது பணம் ஈட்ட ஒரு வொர்க் ஷாப். எளிய தச்சு வேலை. காலை சுமார் 9 மணிக்கு வந்து மாலை அவ்வளவு பேருமாக 5 மணிக்குக் கிளம்பிவிடுவார்கள். பகலில் கஞ்சி இலவசம்.

இந்தக் கொட்டகையைத் தாண்டி இருந்த இடம் எனக்கும் என் அக்காவுக்கும் ஒரு புதிராக இருந்தது. விஸ்தாரமாக இருந்த இடத்தைத்தான் சுற்றிலும் சுவர் எழுப்பிப் பாதுகாத்துக் கொண்டு இருக்கிறார்கள். யார் அது?

அந்த வெளிக் கதவுப் பூட்டுப் பெரிதாக... ஆனால், மிகவும் பழையதாக இருந்தது. அதற்குச் சாவி உண்டா? இப்படி வருடக்கணக்கில் பயன்படுத்தாமல் இருந்ததால் பூட்டின் சாவி தொலைந்து போய் இருக்கக்கூடும்.

எல்லா நாட்களிலும் அக்காவால் என்னோடு வெட்ட வெளிச் சுற்றலுக்கு வர முடியவில்லை. நான்தான் தனியாக அந்தக் குன்றுகளிடம் சென்று சுற்றுப் பார்ப்பேன். ஒன்றிலும் ஏற முடியாதபடி மேற்பரப்பு வழவழவென்று இருக்கும். அடுத்த குன்று, அதற்கடுத்த குன்று என்று போனவனுக்கு வழி தெரிய வில்லை. கலவரம் அடைந்து தாறுமாறாக ஓடினேன். குன்றுகள் முடிந்து சற்றுத் தூரத்தில் இருப்புப் பாதை தெரிந்தது. அப்படியானால் அந்த இருப்புப் பாதையோடு சென்று ரயில் நிலையத்தை அடைந்துவிடலாம். ரயில் நிலையத்தில் இருந்து எனக்கு வீடு திரும்ப வழி தெரியும்.

ரயில் பாதையை நெருங்கியபோதுதான் அங்கேயும் ஒரு பெரிய பாறை இருந்து அதற்குப் படிக்கட்டும் இருந்தது தெரிந்தது. வீட்டை அடைந்துவிடலாம் என்ற நம்பிக்கை வந்தவுடன் எனக்குத் தைரியம் வந்தது. அந்தப் படிக்கட்டுமீது ஏறினேன். மேலே ஒரு கோயில். அனுமன் கோயில்.

அனுமார் கற்சுவரிலேயே குடையப்பட்டுக் காவி வண்ணம் சூட்டப்பட்டு இருந்தார். அந்தப் பக்கத்தில் அனுமன் என்றிருந்தால், அதற்கு ரெட்ஆக்ஸைட் என்ற வண்ணம் பூசிவிடுவார்கள். அங்கே மாத்வப் பூசாரி ஒருவர் இருந்தார். ஆனால், அவருடன் பேசத் தயக்கம். அவர் துளசியும் உத்தரணி நீரும் கொடுத்தார். நான் கோயிலில் இருந்து கீழே இறங்கி, ரயில் பாதை ஓரமாக நடந்தேன். அரை மணி நேரத்தில் வீடு போய்ச் சேர்ந்துவிட்டேன்.

இப்போது எனக்கு இரு இடங்கள் புதிராக இருந்தன. முதல் புதிர், ஆளுயரச் சுற்றுச் சுவர் கட்டப்பட்ட இடம். இரண்டாவது, இந்த அனுமார் கோயில். ஏன், அப்பா இந்தக் கோயிலுக்கு எங்களை அழைத்துப் போனது இல்லை? அப்பாவுக்கே தெரியாதா?

நான் என் அக்காவிடம் மட்டும் சொன்னேன். "இன்னிக்கு என்னையும் அழைச்சுண்டு போடா" என்று கேட்டாள்.

"நாளைக்குப் போவோம்" என்றேன்.

"எனக்கு அனுமார்னா ரொம்பப் பிடிக்கும்."

"அந்தக் கோயிலே உனக்கு ரொம்பப் பிடிக்கும். எனக்கு நேர் வழி தெரியாது. சுத்திண்டுதான் போகத் தெரியும்."

"நானும் வரேன்."

"சரி, நாளைக்கு."

அடுத்த நாள் நான் பள்ளியில் இருந்து 4 மணிக்கே வந்துவிட்டேன். ஆனால், அக்காவுக்கு நாலரை மணியாகி விட்டது.

அவசரம் அவசரமாக மோர் சாதமும் டீயும் சாப்பிட்ட பிறகு, நாங்கள் இருவரும் கிளம்பினோம். அம்மாவுக்குக் கோபம். "வண்டி பத்துப் பாத்திரம் இருக்கு. எங்கே கிளம்பிட்டே?" என் அக்கா ஏதோ முனகிவிட்டு வெளியே வந்து விட்டாள். நாங்கள் ஓட்டமும் நடையுமாக ரயில் பாதையை அடைந்தோம். அதோடு நடந்து அனுமன் கோயிலை அடைந்தோம்.

அன்று அங்கே இன்னும் ஐந்தாறு நபர்கள் இருந்தார்கள். அன்று விசேஷ நாளாக இருக்க வேண்டும். நாங்கள் இருவராக இருந்ததால், தைரியமாகக் கோயிலை வலம் வந்தோம். அந்தச் சிறிய இடத்தில் ஒரு கிணறு. பொதுவாக, அந்த ஊரில் கிணறுகள் கிடையாது. இருக்கும் வீடுகளுக்குக் குழாய் இருக்கும். அது இல்லாதவர்கள், தெருக் குழாய்களில் தண்ணீர் பிடித்துக் கொள்ளலாம். அந்த அனுமார் கோயிலில் எப்படி, எப்போது கிணறு தோண்டினார்களோ?

அசோகமித்திரன்

அக்காதான் அங்கு இருந்தவர்களில் ஒரு பெண்மணியைக் கேட்க, அவள் அந்தக் கோயிலின் பெயரைச் சொன்னாள். லட்சுமண் ஜூலா.

இதன் பிறகு அக்கா அடிக்கடி அவளாகவே லட்சுமண் ஜூலாவுக்குப் போய்விடுவாள். அம்மாவிடம் திட்டு வாங்கிக் கொள்வாள். ஆனால், எங்களுக்குப் பயமே எழவில்லை. என்னால்தான் அந்தக் கோயிலுக்கு அதிகம் போக முடியவில்லை. விளையாட்டுக்குக் கோஷ்டி சேர்ந்துவிட்டது.

ஒருநாள் அக்கா சொன்னாள், "அந்தக் கோயிலுக்கு ஒரு குறுக்கு வழி இருக்கிறது." "எப்படி?" என்று கேட்டேன்.

"இந்த வொர்க் ஷாப் தாண்டி அந்த உயரமான காம்பவுண்டு சுவரையும் தாண்டிப் போனால், ஒரு குட்டை வரும். குட்டைக்கு அந்தப் பக்கம்தான் கோயில் மலை இருக்கு."

நானும் அந்தக் குட்டைப் பக்கம் போயிருக்கிறேன். ஓட்டுச் சில்லை ஒரு மாதிரி சாய்த்து வீசினால், அது தண்ணீருக்குள் போகாமல் மீண்டும் மேலே கிளம்பி அடுத்த முறைதான் கீழே தண்ணீரில் மூழ்கும். இது எல்லா முயற்சிகளிலும் நேராது. குட்டைக்குப் பிறகு நான் மலைகளுக்குப் போய் விடுவேன். குட்டையைத் தாண்டி நேரே போக வேண்டும் என்று தோன்றியது இல்லை. என் அக்கா போயிருக்கிறாள்!

நான் அடுத்த நாளே அந்தக் குறுக்கு வழியைக் கண்டு பிடித்துவிட வேண்டும் என்பதில் உறுதியாக இருந்தேன். அக்காவுக்கு மாவு அரைக்கும் வேலை. என்ன காரணமோ எனக்கும் அவள் தனியாக அந்த வெட்டவெளியில் போவது சரி இல்லையோ என்று சந்தேகம் வந்துவிட்டது. அது அத்துவான வெளி. ஏதோ சில நாட்களில்தான் அங்கு ஆட்டிடையர்கள், மாடு மேய்ப்பவர்கள் கண்ணுக்குத் தெரிவார்கள். ஆடு மாடு மேய்க்கப் புல் இருக்க வேண்டும் அல்லவா? மழை பெய்த பத்துப் பதினைந்து நாட்களுக்குத்தான் சிறிது பச்சை நிறம் தெரியும். மற்ற நாட்களில் வெறும் கட்டாந்தரைதான்.

நான் வொர்க் ஷாப்பைத் தாண்டி அந்த ஆள் உயரச் சுவர்கொண்ட இடத்துக்கு வந்தேன். என் கண்களை நம்ப முடியவில்லை. அங்கே கதவு திறந்து இருந்தது. உள்ளே எட்டிப் பார்த்தேன். அது மிகப்பெரிய இடம். பல ஏக்கர்கள் இருக்க வேண்டும். சிறிதும் பெரிதுமாக அந்த இடமெல்லாம் தனித்தனிக் கட்டடங்கள். நாள் கணக்கில் பூட்டிக்கிடந்ததில் அங்கே நிறையப் புதர்களும் ஓரிரு இடங்களில் சப்பாத்திக் கள்ளிச் செடிகளும் இருந்தன. எனக்குக் காலில் செருப்பு இல்லை. ஜாக்கிரதையாக நடந்தேன். சில நிமிடங்களுக்குப் பிறகுதான் அது ஒரு கல்லறை என்று தெரிந்தது. எங்கள்

ஊரிலேயே சில மாதா கோயில்கள் அருகில் சிறிய அளவில் கல்லறைகள் உண்டு. அவை தெருவில் இருந்து நன்றாகத் தெரியும். அங்கும் செடி புதர்கள் இருந்தாலும் பாதைகள் தெளிவாகத் தெரியும். இங்கே பாதைகள் இருந்த இடமே தெரியவில்லை.

கல்லறை வாசகங்கள் எல்லாமே ஆங்கிலத்தில் எழுதி இருந்தன. எல்லாம் பல ஆண்டுகள் பழையது. பெரிதாகக் கட்டப்பட்ட ஒரு கல்லறையில் சுமார் 20 பெயர்கள். அவ்வளவு உடல்களையும் ஒரே நாளில் அங்குக் குழி தோண்டிப் புதைத்து இருக்கிறார்கள்.

திடீர் என்று எனக்குப் பயம் வந்தது. அந்தப் பழைய கல்லறையில் நான் தன்னந்தனியாளாக மாலைப் பொழுதில் சிக்கிக்கொண்டு இருக்கிறேன். உடனே வெளியே போய்விட வேண்டும்.

என் கால்களில் முள் தைப்பதையும் பொருட்படுத்தாது கல்லறையின் வாசலை அடைந்தேன். அது மூடி இருந்தது. என் பயம் தாங்க முடியாது போயிற்று. கதவைத் தடதடவென்று தட்டினேன். "கதவைத் திற! கதவைத் திற!" என்று கத்தினேன்.

அந்தக் கதவை அப்போதுதான் மூடிப் பூட்டி இருக்க வேண்டும். நல்ல வேளையாக அந்த ஆள் வெகு தூரம் சென்று இருக்கவில்லை. கதவு திறந்தது. அங்கே குள்ளமாக ஓர் ஆள் கரடுமுரடான முகத்துடன் நின்றுகொண்டு இருந்தான்.

"நீ எப்படா உள்ளே வந்தே?"

"கதவு திறந்து இருந்தது..."

"கதவு திறந்து இருந்தா, உள்ளே வந்துடறதா? இது நீ வர இடமா?"

நான் பேசாமல் நின்றேன். அந்தக் குள்ள மனிதனின் முகம் பயம் எழுப்புவதாக இருந்தது.

"போ... போ..." என்றான்.

நான் தயங்கியபடியே, "அது என்ன இடம்" என்று கேட்டேன்.

"இது கிறித்துவங்க கல்லறை. உள்ளே நிறையப் பேரைப் பொதைச்சிருக்காங்க. போ... போ."

இப்படிச் சொன்னபடி அந்த ஆள் அந்தக் கதவைச் சற்று முயற்சி எடுத்துத் தாளிட்டார். பூட்டை எடுத்து மாட்டி இரு கைகளாலும் மேலும் கீழுமாக அழுத்தினான்.

"சாவி இல்லையா?" என்று கேட்டேன்.

அசோகமித்திரன்

“ஏன்டா, நீ இன்னுமா இங்கே நிக்கிறே? அத்தனை பிசாசும் உன்கிட்டேதான் வரும். போ . . . போ.”

அந்த ஆள் காலைச் சாய்த்துச் சாய்த்து நடந்து சென்றான். நான் லட்சுமண் ஜூலா சென்றேன். நிஜமாகவே அது குறுக்கு வழிதான். இந்தமுறை அங்கே பூஜை புரிபவர் ஆஞ்சநேயர்மீது பூசியிருந்த காவியை ஒரு விரலில் எடுத்து என் நெற்றியில் புள்ளியிட்டார். “இது இருக்கிற வரைக்கும் உன்கிட்டே ஒரு பூதம் பிசாசு வராது” என்றார்.

எனக்கு ஆச்சர்யமாக இருந்தது. சற்று முன்புதான் அந்தக் கல்லறை ஆள் ‘அந்தக் கல்லறையில் உள்ள பிசாசுகள் எல்லாம் என்னிடம் வந்து சேரும்’ என்றார். அது தெரிந்தது போலப் பூசாரி ஒரு பேய், பிசாசு என்னிடம் வராது என்று அறிவிக்கிறார்!

அன்றிரவு என் அக்காவிடம் சொன்னேன், “பூட்டியே இருக்குமே, அது என்ன தெரியுமா?”

“என்ன?”

“அது கல்லறை. நிறைய வெள்ளக்காரங்களைப் பொதைச்சிருக்காங்க.”

“நீ பாத்தியா?”

“ஆமாம். கதவு திறந்து இருந்தது. உள்ளே போனேன். நிறையச் சின்னச் சின்ன துளசி மாடம் மாதிரி இருந்தது. ரெண்டு மூணு பெரிசாவும் இருந்தது. அதிலே எல்லாத்திலேயும் பேர் இருக்கு.”

“நாளைக்கும் போவியா?”

“எனக்குத் தெரியாது. அங்கே நிறையப் பிசாசுங்க இருக்கலாம்.”

“யார் சொன்னா?”

“குள்ளமா ஓர் ஆளு.”

“அப்போ அந்த ஆளே பிசாசோ என்னவோ?”

எனக்கு வயிற்றைக் கலக்கியது. இனி நானே அங்குப் போகக் கூடாது என்று நினைத்துக்கொண்டேன். அன்றிரவு சரியாகத் தூங்க முடியவில்லை. விதவிதமான கனவுகள்.

அடுத்த நாள் பள்ளிக்கூடத்தில் பாடங்களைச் சரியாகக் கவனிக்க முடியவில்லை. பெங்கால் டைகர் வாத்தியார் கேட்ட கேள்விக்குச் சரியான பதில் தரவில்லை என்று அடி. அந்த வாத்தியாருக்குப் பிடித்தமான மாணவன் என்று எனக்கும்

பெயர். ஆனால், பாடத்தைச் சரியாகக் கவனிக்காவிட்டால் அவர் தன் பெயருக்கேற்பப் பாய்ந்து விடுவார்.

வீட்டுக்கு வந்தவுடன் நான் வாய் பேசாமல் மோர் சாதம் சாப்பிட்டதைக் கவனித்த அம்மா, "ஏன்டா, என்னாச்சு இன்னிக்கு?" என்று கேட்டாள்.

"ஒன்றுமில்லையே."

"ஏன், உன் மூஞ்சி ஏதோ மாதிரி இருக்கு?"

எனக்கும் தெரியவில்லை என்று அவளுக்குத் தெரியாதா? ஆனால், ஏதோ ரகசியம் இருக்கிறது என்பது மட்டும் அவள் தெரிந்துகொண்டாள்.

நான் வேகமாக வொர்க் ஷாப் பக்கம் போனேன். என்னை யாராவது தொடர்கிறார்களா என்று பார்த்தேன். யாரும் இல்லை. நான் வேகமாகப் பூட்டிய கதவருகே சென்றேன். பூட்டை இழுத்தேன். அது திறந்துகொண்டது. நான் மிகவும் சிரமப்பட்டுக் கதவைச் சிறிது திறந்துகொண்டேன். உள்ளே போய்க் கதவைச் சாத்தினேன்.

தரை எல்லாம் சருகு. பாம்பு இருந்தால் தெரியாது. என் வெறும் காலே நிறையச் சத்தம் எழுப்பியது. நான் அந்தக் கல்லறையில் மிகப் பெரிய மண்டபம் இருந்த இடத்துக்குப் போனேன். அங்கேதான் 20 பேர் புதைக்கப்பட்டு இருந்தார்கள். எல்லோருக்கும் 19 அல்லது 20 வயது. அவர்கள் பெயர்களுக்கு அடியில் இருந்த வாசகம். 'போர் முனையில் உயிரைவிட முன்வந்தவர்களைக் காலரா நோய் வென்று விட்டது!'

அந்த வாசகத்தின் கவித்துவம் எனக்கு அன்று புரியவில்லை. அந்தப் பெரிய காம்பவுண்டில் 200 கல்லறைகள்கூட இருக்கலாம். இவ்வளவு வெள்ளைக்காரர்கள் அந்த ஊரில் கடைசி மூச்சை விட்டிருக்கிறார்கள். அந்த இடத்துக்கு வருவதற்குச் சரியான பாதைகூடக் கிடையாது. ஆதலால், எல்லா உடல்களையும் தூக்கிக்கொண்டுதான் வந்திருக்க வேண்டும்.

திடீர் திடீரென்று என் அம்மா அழுவாள். எனக்கு அண்ணனாக இருந்தவன் எனக்கு இரண்டு வயது ஆவதற்குள் வயிற்று வலி என்று சொல்லிக் கடைசியில் செத்தே போய் விட்டான். 10 வருடம் ஆன பிறகுகூட என் அம்மாவின் துக்கம் தீரவில்லை. இங்கே இவ்வளவு பேர் புதைக்கப்பட்டு இருக்கிறார்களே, இவர்களுடைய தாய் – தந்தையர் எவ்வளவு அழுது இருப்பார்கள்! அவர்கள் வரை இது அந்நிய நாடு. அவர்கள் இறந்தபோது அவர்கள் தாய் – தந்தையர் அருகில்

இருந்திருக்க முடியாது. எல்லோரும் வெள்ளைக்காரச் சிப்பாய்கள். ஒருவேளை நாங்கள் இப்போது இருக்கும் அறை களில்கூட அவர்கள் இருந்து இருக்கலாம். இப்போதே ஊரில் ஏழெட்டு மருத்துவர்கள்தாம். இந்தச் சிப்பாய்கள் இருந்த நாட்களில் எவ்வளவு பேர் இருந்து இருப்பார்கள்? மருத்துவம் பார்க்கப்படாத காரணத்தால்கூட இவர்கள் மொத்தமாக இறந்து இருக்கலாம்.

அந்த வயதில் எனக்கு அழுகை வந்தது. அங்கேயே அழுதுகொண்டு நின்றேன்.

என்னை யாரோ முதுகில் தட்டி, "அழாதேடா. எனக்கும் அழுகை வந்திடும்" என்று சொன்னதும் திரும்பிப் பார்த்தேன். என் அக்கா.

"நீ எப்படி வந்தே?"

"எனக்குத் தெரியாதா நீ எங்கே போவேன்னு."

"இந்தக் கதவுக்குப் பூட்டே கிடையாது."

"இருக்கே."

"அது பூட்டாது."

"சரி, வா. நாம கோயிலுக்குப் போவோம்."

நாங்கள் இருவரும் வெளியே வந்து கதவைத் தாளிட்டு, அந்தப் பூட்டை அழுத்தி வைத்தோம். ஆனால், அது திறந்த மாதிரிதான் இருந்தது. இரண்டு நாளில் அடிக்கடி திறக்கப்பட்டது. பூட்டின் உள்ளே இருந்த துரு, அழுக்கை விலக்கி இருக்கும்.

நாங்கள் லட்சுமண் ஜூலா போய்விட்டுச் சுற்று வழியில் தான் வந்தோம்.

"இனிமே இங்கே வர வேண்டாம்" என்று நான் சொன்னேன்.

"நானும் வரப்போறது இல்லை" என்று அக்கா சொன்னாள்.

"ஒண்ணு தெரியுமா?" என்று கேட்டாள்.

"என்ன?"

"உனக்கு முன்னாலயே நான் கல்லறையைப் பாத்துட்டேன்!"

ஆனந்த விகடன், செப்டம்பர் 2009

கடைதிறக்கும் நேரம்

தந்தி, கடிதம், தொலைபேசி மட்டுமே நம்பி வந்த காலம். ஒவ்வொரு சிப்பந்தியாக அந்த சூப்பர் மார்க்கெட்டின் பகுதிகளைப் பூட்டிவிட்டு வெளியே வர ரமேஷ் கோயல் கடைசிப் பகுதி மூடுவதற்காகக் காத்திருந்தார். அது பணம் வாங்கும் கல்லாப்பெட்டிக் கூண்டு. அந்தச் சாவியும் வந்தபின் சிப்பந்திகள் இருவர் கம்பிகள் கொண்டு சுருள் இரும்புக் கதவை மேலிருந்து இழுக்க ஒரு சிப்பந்தி அக்கதவைக் கீழ்வரை இழுத்து அங்கிருந்த தாழ்ப்பாள்களை அக்கதவுகளில் இருந்த தாழ்ப்பாள் கரங்களில் பொருத்தினார். இரு பெரிய பித்தளைப் பூட்டுகள் கொண்டு இரு தாழ்ப்பாள்களையும் பூட்டிச் சாவிகளைக் கோயலிடம் கொடுத்தார். சிப்பந்திகள் அவரவர்கள் ஸ்கூட்டர் அல்லது மோட்டார் சைக்கிளில் கிளம்ப, கோயல் படகு போலிருந்த தனது காரில் கிளம்பினார். அன்று அவர் ஒரு விருந்துக்குச் செல்ல வேண்டியிருந்தது. அவர் களைத்து அரைப் போதையில் வீடு போய்ச்சேர இரவு 12 மணியாகி விட்டது. சூட்டை மட்டும் கழற்றி விட்டுப் படுக்கையில் சாய்ந்தார். இரண்டே நிமிடத்தில் தூங்கிவிட்டார்.

ஏதோ தீயணைப்பு வண்டி மணி போலப் பய மெழுப்பும்படி அவருடைய படுக்கையறைத் தொலைபேசி ஒலித்தது. கோயல் பதற்றத்துடன் தொலைபேசியை எடுத்தார். "கோன்?" என்று கேட்டார்.

"ஐயா, கடை முதலாளியா?"

"ஏன்? ஏன்? என்னாச்சு?"

"கடை முதலாளிதானே?"

அசோகமித்திரன்

"ஆமாம், ஆமாம் என்னாச்சு?"

"நீங்க கடையை எப்போ திறப்பீங்க?" உங்க கிட்டதான் சாவியிருக்கா?"

"ம்"

"என்ன?"

"நீங்க கடையை எப்போ திறப்பீங்க?"

கோயலுக்குத் தூக்கம் கலைந்து எரிச்சல் வந்தது. "எல்லாம் கடை வெளியிலேயே எழுதியிருக்கு. படிச்சுக்கோ" என்று சொல்லிவிட்டுத் தொலைபேசியைக் கோயல் கீழே வைத்தார். பல ஆண்டுகள் முன்பு தமிழக அரசு விதித்திருந்தபடி அவருடைய சூப்பர் மார்க்கெட்டின் பெயர்ப் பலகையில் தமிழில்தான் எல்லாம் பெரிதாக இருக்கும். எப்போது தொடங்கப் பட்டது, செயல்படும் நேரங்கள் எல்லாம் தமிழில்தான் பெரிதாக எழுதப்பட்டிருக்கும்.

அவர் மீண்டும் கண் அயரத் தொடங்கியபோது தொலைபேசி மணி அடித்தது. "என்ன, இன்று இரவில் தொலைபேசி மீண்டும் மீண்டும் மணியடிக்கிறதே" என்று நினைத்தபடியே கோயல் தொலைபேசியை எடுத்தார். அவர் வீட்டில் துணை இணைப்பு உண்டு. ஆனால் இரவில் அவர் அறையில்தான் ஒலிக்கும். "கோயல் ஸ்பீக்கிங்" என்று கோயல் சொன்னார்.

"நீங்க கடையை எப்போ திறப்பீங்க?"

பொங்கி வந்த கோபத்தை அடக்கிக்கொண்டு கோயல் பேசினார்: "ஐயா, உங்கள் ஆர்வத்திற்கும் எங்கள் கடைமீது வைத்திருக்கும் நம்பிக்கைக்கும் மிக்க நன்றி. நீங்க பகல் ஒரு மணி அளவில் வந்தால் அதிகக் கும்பல் இருக்காது. உங்களுக்கு வேண்டியதைத் தேர்ந்தெடுத்தால் நாங்களே உங்க வீட்டில் சேர்ப்பித்து விடுகிறோம்."

இதற்கு மேல் என்ன பேசுவது. கோயல் தொலைபேசியைக் கீழே வைத்தார். ஆனால் இரண்டே நிமிடத்தில் மீண்டும் மணியடித்தது. சிறிது நேரம் அடித்துக் கொண்டே இருந்தது. கோயல் தொலைபேசியை எடுத்துக் காதில் வைத்துக் கொண்டார்.

"ஐயா, உங்கள் கடையை..."

கோயல் தொலைபேசியை மீண்டும் கருவிமீது வைக்காது கீழே போட்டார். மறுபக்கம் இருந்த கிறுக்குக்கு அது தலையில்

கடைதிறக்கும் நேரம்

அடித்தது மாதிரி இருக்கலாம் என்று நினைத்துக்கொண்டார். அவர் அரைமணி ஓரளவு நிம்மதியாகப் படுத்துத் தூங்கிக் கொண்டிருப்பார். ஆனால் தலையிலிருந்து ஏதோ கொரகொர வென்று சப்தம் கேட்டு அவருடைய மனைவி அவர் அறைக்கு வந்தார். "ஐயோ, பாவம். களைத்துப் போய் டெலிபோனைக் கூடச் சரியாக வைக்கவில்லை" என்று நினைத்துக்கொண்டு அதைச் சரியாக வைத்தாள். கொரகொர சப்தம் நின்றது. அவள் அறைக்குச் சென்றாள்.

பத்து நிமிடம் கழித்துத் தொலைபேசி மணியடித்தது. கோயல் அதை எடுத்து ஆத்திரம் தீர, "ஏய், பைத்தியக்காரா, ஒம்பது மணிக்கு முன்னாலே நீ நுழைய முடியாது!" என்று கத்தினார்.

"யாரு நுழையணும்? நான் வெளியே தானே வரணும். எல்லாரும் சேர்ந்து என்னை உள்ளே வைச்சுப் பூட்டிட்டுப் போயிட்டீங்களே?"

***அமுதசுரபி*, பிப்ரவரி 2009**

❖❖❖

நாடக தினம்

சண்முக சுந்தரம் அதிகாலையிலேயே எழுந்து முகச்சவரம் செய்துகொண்டார். குளித்து உலர்ந்த வேட்டியை உடுத்திக்கொண்டு சுவரில் மாட்டியிருந்த முருகன் படம் முன்பு நின்று பிரார்த்தனை செய்தார். அன்று அவருடைய புது நாடகம் எட்டாம்முறை சென்னையில் நடக்கவிருந்தது. ஏழுமுறை நல்லபடியாக நடந்து முடிந்ததுபோல இதுவும் நடந்து முடியக் கடவுளை வேண்டிக்கொண்டார். தலையில் எங்கோ ஒரு மூலையில் சுளீரென்று ஒரு வலி தோன்றி மறைந்தது.

"அண்ணே, அந்தப் பொண்ணு நம்மை ஒழிச்சுடப் போறாண்ணே" என்று சிங்காரம் கவலையோடு ஓடி வந்து சொன்னார். சிங்காரம் அந்த நாடகக் குழுவின் தையற்காரர்.

"யாரு? என்னப்பா சொல்லறே?"

"நீங்க தலைமேலே தூக்கி வைச்சுண்டீங்களே, அந்த ஹீரோயினிதான்."

"ஏன், என்னாச்சு?"

"அந்த வழியா வந்த என்னைச் செண்பகத்தோட அம்மா கூப்பிட்டு இன்னிக்குப் பொண்ணு நாடகத்துக்கு வராதுன்னு சொல்லச் சொன்னா."

"என்ன? என்ன?"

"ஆமாங்க. இன்னிக்கு அது வராதாம்."

சண்முக சுந்தரத்துக்கு இன்னும் விஷயம் விளங்க வில்லை. அந்த நாடகத்தின் கதாநாயகி செண்பகந்தான். ஆட்டத்துக்கு ஆட்டம் அவள் நன்றாகவே செய்தாள்

என்று ஊரெல்லாம் நல்ல பெயர். பழைய நடிகைகளுக்கே நாடகத்துக்கு இருபது ரூபாய் கொடுத்தபோது இந்தப் பெண்ணுக்கு முப்பது ரூபாய் என்ன ஆயிற்று?

"ஏன், அம்மை கிம்மை ஏதாவது போட்டிருக்கா?" அப்போது ஊரெல்லாம் அம்மையாக இருந்தது.

"இல்லீங்க. நன்னாக் கொழுக்கட்டையாகத்தான் இருக்கு. தாய்க்காரி ஒண்ணுமே சொல்லமாட்டேங்கறா."

சண்முக சுந்தரம் ஒரு கணம் திகைத்து நின்றார். சிங்காரத்திடம், "உடனே வேலுவை வரச்சொல்லு" என்றார். வேலு அவருக்கு வழக்கமாக வரும் ரிக்ஷாக்காரன்.

ரிக்ஷா வந்துவிட்டது. சண்முக சுந்தரம் சிங்காரத்தைக் கேட்டார், "நீயும் வரயா?"

"வேண்டாங்க. பிடிவாதமா வரமாட்டேன்னு சொல்லிடும். நீங்க தனியாப் போய்ச் சத்தம் போட்டுட்டு வாங்க."

நாலு சந்து தாண்டிச் செண்பகத்தின் வீடு. நடந்தே போய்விடலாம். ஆனால் வீட்டு வாசலில் வண்டி நின்றால் தான் அந்தப் பெண்பிள்ளைகள் மதிப்பார்கள்.

இவ்வளவு சீக்கிரமாக அவரைச் செண்பகத்தின் அம்மா எதிர்பார்க்கவில்லை. அவசரமாகத் தலையை முடிந்துகொண்டு "வாங்க" என்றாள்.

"பாப்பா ஏதோ வராதுன்னு சொல்லியனுப்பிச்சயாமே?"

"ஆமாங்க. இன்னிக்கு ஒரு நாளைக்கு வேறே ஏற்பாடு பண்ணிக்குங்க."

"என்ன உளர்றே? ஆறு மணிக்கு நாடகம். இப்போ போய் வரமாட்டேன்னா?"

"என்னங்க செய்யறது? சினிமாச் சான்ஸு திடீர்னு வந்தது."

சண்முக சுந்தரம் தான் அப்போதே தோற்கடிக்கப்பட்டதை உணர்ந்தார்.

"நாடகத்தை முடிச்சிட்டுப் போறது."

"சேலம் போகணும். இன்னிக்கு மத்தியானமே கிளம்பனும்."

"மத்தியானமா? சேலத்துக்கு மத்தியானம் ரயில் கிடையாதே?"

“ரயிலு இல்லீங்க. பிளஷர்லே அழச்சிட்டுப் போறாங்க. நானும் போறேன்.”

சண்முக சுந்தரம் நாக்கு நுனிக்கு வந்த வசவை அடக்கிக் கொண்டார்.

“செம்பகம் எங்கே?”

“கடைக்குப் போயிருக்குங்க. புதுசா சோப்பு சீப்பெல்லாம் வாங்கணுமில்லியா?”

அவளைத் திரும்பிப் பார்க்காதபடி சண்முக சுந்தரம் விடுக்கென்று தெருவுக்கு வந்தார். “ஐயா”, என்று வேலு குரல் கொடுத்த பிறகு தான் அவர் ரிக்ஷாவில் வந்தது ஞாபகத் துக்கு வந்தது. சண்முக சுந்தரம் ரிக்ஷாவில் ஏறிக்கொண்டார்.

“ஐயா, வீட்டுக்குத்தானே?”

“ஆமாம்.”

அந்தத் தெருவைத் தாண்டுவதற்குள் சண்முக சுந்தரம், “பாக்கியம் வீட்டுக்குப் போ” என்றார்

வேலுவின் நடை தடைபட்டது. “அது எங்கேங்க இருக்கு?”

“உனக்குப் பாக்கியம் வீடு தெரியாது?”

“தெரியாதுங்களே.”

இரண்டு வருஷமாகத்தான் வேலு அவருக்கு வாகனம். பாக்கியத்தின் தொடர்புவிட்டு ஐந்து வருஷங்கள் ஆகின்றன.

“இந்தத் தெருவிலேயே நேரே போய் வலது பக்கம் திரும்பினா அங்கே குட்டிக் குட்டி வீடா இருக்கும். அங்கே போ.”

ஒரு காலத்தில் பாக்கியம் அவருடைய நாடகக் குழுவின் கதாநாயகியாக இருந்தாள். மாதம் இரண்டு முறை நான்குமுறை இருபது இருபது ரூபாய் வாங்கி எப்படி அவளும் அவள் அம்மாவும் காலம் தள்ளுவது? அவள் நகைக் கடைக்காரர் ஒருவர் வீட்டில் சமையல் செய்துவிட்டு வர ஆரம்பித்தாள். சீரான, கௌரவமான தொழில் அவளைச் சதைபோட வைத்திருந்தது. சண்முக சுந்தரத்தைப் பார்த்ததும், மகிழ்ச்சி பொங்க, “வாங்க, வாங்க” என்றாள்.

சண்முக சுந்தரம் விஷயத்தை எப்படிச் சொல்வது என்று யோசித்தார். “பாக்கியம், இன்னிக்கு நீ நாடகத்திலே நடிக்கிறே.”

பாக்கியம் புன்னகை புரிந்தாள். "இந்த உடம்பை வைச்சுண்டா? காமெடிக்குத்தான் சரி."

"நீதான் கதாநாயகி."

"ஹீரோயினியா?"

"ஆமாம்." அவருக்கு வாழ்க்கையில் பிடிக்காதது இந்த ஹீரோயினி, ஹீரோயினி என்று சொல்வது. ஆனால் நாடகத் துறையில் இருந்தவர்கள் எல்லாருமே அப்படித்தான் சொன்னார்கள்.

"நீங்க சொல்லலாம். ஆனாப் பாக்கறவங்க ஒத்துக்கணு மில்லையா?"

"பாக்கியம், முதல்லே ஒரு நிமிஷம்தான் உடம்பு. அதுக் கப்புறம் நடிப்புதான் பாக்கறவன் மனசிலே உறைக்கும்."

"எதுக்கும் வயது இல்லீங்களா?"

"எனக்கு அம்பது வயது. நான்தான் கதாநாயகன்."

"ஆம்பளைங்க சரீங்க. பொம்பளைங்களை ஏத்துக்க மாட்டாங்க."

சண்முக சுந்தரம் சடாரென்று அவள் காலில் விழுந்தார். "என் மானத்தைக் காப்பாத்து, பாக்கியம்."

"ஐயோ, இதென்னங்க? என்ன பாவம் பண்ணினேன்? சும்மாச் சொன்னாப் போதாதா?"

சண்முக சுந்தரம் பேச்சே எழாமல் நின்றார். "சரி, நான் வரேங்க. உங்க நாடகத்தை நான் பாத்தது கூட இல்லை."

"என்னை மன்னிச்சுக்கோ, பாக்கியம். எவன் எவன் காலிலையோ விழுந்து நாடகத்துக்குக் கூப்பிட்டேன். உன்னைக் கூப்பிடலே."

"இப்படிப் பெரிய வார்த்தை எல்லாம் சொல்லாதீங்க. சரி, பாடம் எங்கேங்க?"

சண்முக சுந்தரம் நாக்கைக் கடித்துக்கொண்டார். வாசலில் எட்டிப்பார்த்து, "வேலு!" என்று அழைத்தார்.

"என்னங்க?"

"இப்போ நாம போனோமே, அந்த வீட்டுக்குப் போய்ப் பாடத்தை வாங்கிட்டு வாங்க."

"என்னங்க அது?"

"தாள் தாளாக இருக்கும். ஜாக்கிரதையாக் கொண்டா."

ஐந்து நிமிஷத்துக்கு அந்த வீட்டில் மௌனம் நிலவியது. பாக்கியத்தின் அம்மா உள்ளிலிருந்து இருமினாள். இன்னும் அதிக நாட்கள் தாங்காது என்று சண்முக சுந்தரம் நினைத்துக் கொண்டார்.

வேலு கசங்கிய காகிதக் கொத்தை எடுத்துவந்தார். சண்முக சுந்தரம் பக்கங்கள் சரிபார்த்து அடுக்கி வைத்துப் பாக்கியத் திடம் கொடுத்தார். "இந்த நாடகம் எப்படியிருக்கும்னுகூட எனக்குத் தெரியாது" என்று பாக்கியம் சொன்னாள்.

"நீ சரியாப் பண்ணிடுவே, பாக்கியம். உன் டயலாக்கை எடுத்துக்கொடுக்க, இந்தப் பக்கம் அந்தப் பக்கம் இரண்டு பையன்களை வைச்சுடறேன். உனக்கு என்னிக்குமே யாரும் சொல்லித் தரத் தேவை இருந்ததில்லை."

"அதெல்லாம் அஞ்சு பத்து வருஷம் முன்னாலே, எந்த மண்டபங்க? நாலு மணிக்கு வந்தாச் சரியாயிருக்குமா?"

"ராமராயல் ஹால். நாலு நாலரைக்கு வந்தாக்கூடப் போதும். உனக்குச் சரியா இப்பவே டிரஸ் எடுத்து வைக்கச் சொல்லிடறேன்."

"நீங்க கிளம்புங்க. எவ்வளவோ ஜோலியிருக்கும். நான் அரைமணியிலே அந்த வீட்டுச் சமையலை முடிச்சிட்டுப் பாடத்தைப் படிச்சுக்கறேன்."

வீட்டில் இறங்கும்போது சண்முக சுந்தரம், "மூணு மணிக்கு அந்த அம்மா வீட்டுக்குப் போய் அவுங்களை அழைச்சிண்டு வந்துரு" என்று வேலுவிடம் சொன்னார். சுவரிலிருந்த முருகன் அவரைப் பார்த்துப் புருவத்தை உயர்த்தியது போலிருந்தது.

காலச்சுவடு, பிப்ரவரி 2009

புத்தகக் கடை

நாங்கள் சிறுவர்களாக இருந்தபோது சிகந்தராபாத் ரயில் நிலையம் ஒரு கருங்கல் கட்டடமாக இருந்தது. விரைவு வண்டிகள் என்று சொல்லப்படுபவை மாலை ஏழு மணிக்குப் பிறகு. பகலில் பாசஞ்சர் வண்டிகள் பொலாரம் லோக்கல் வண்டிகள் தான்.

ரயில் நிலையத்துக்கு ஒரு போர்டிகோ உண்டு. உயர் வகுப்புப் பெட்டிகள் அந்தப் போர்டிகோவுக்கு எதிரே நிற்கும். அந்த நாளில் ரயில் வண்டிகளில் மொத்தம் எட்டு அல்லது பத்துப் பெட்டிகள்தான்.

எனக்கும் சுந்தர்குமாருக்கும் சிகந்தராபாத் ரயில் நிலையம் ஒரு குட்டி சுவர்க்கம் போல. ரயில் நிலையத்தில் தான் ஆங்கிலப் புத்தகங்கள், பத்திரிகைகள் விற்கும் கடை இருந்தது.

சிகந்தராபாத்தில் ராமா புக் டிப்போ, வெங்கட ரமணா புக் டிப்போ என்று இரு கடைகள் உண்டு. இங்குத் தெலுங்குப் புத்தகங்களும் பள்ளிப்பாடப் புத்தகங் களும் கிடைக்கும். கிடைக்கும் என்பது நாங்கள் மற்றவர் களை முந்திக் கொண்டால்தான். பல மாணவர்களுக்குப் புத்தகம் கிடைக்காது. அதற்காக அவ்வப்போது திட்டு, அடி கிடைக்கும். ஆனால் அந்த நாள் ஆசிரியர்கள் ஒவ்வொரு பாடத்துக்கும் 'நோட்ஸ்' என்று தருவார்கள். அவர்கள் சொல்லச் சொல்ல நாம் எழுதிக்கொள்ள வேண்டும். அந்த நோட்ஸை மட்டும் படித்து நூற்றுக்கு நூறு வாங்கலாம்.

ஆக்ஸ்போர்டு புக் ஷாப் என்று ஒன்றிருந்தது. அதை நெருங்கவே பயமாக இருக்கும்.

ரயில் நிலையப் புத்தகக் கடையின் பெயர் வீலர் அண்ட் கம்பெனி. அன்று தமிழ் நாட்டில் பெரிய

ரயில் நிலையங்களில் இருந்த ஹிக்கின்பாதம்ஸ் கடைகள் போல வடநாட்டில் வீலர். அங்குத் தொங்கவிட்டிருக்கும் பத்திரிகைகளின் அட்டைகளே மிகவும் அழகாக இருக்கும். அமெரிக்கப் பத்திரிகை களான 'லைஃப்', 'சாடர்டே ஈவினிங்க் போஸ்ட்', இங்கிலாந்துப் பத்திரிகைகளான 'ஸ்டிராண்டு', 'ஆர்கஸி' முதலியன கண்ணில் ஒத்திக் கொள்ளலாம் போல இருக்கும். இப்பத்திரிகைகளுக்கு ஒரே இந்தியப் போட்டி 'இல்லஸ்டிரேடட் வீக்லி ஆஃப் இந்தியா'. அன்று அதுவும் வெள்ளைக்காரர்கள் நடத்தியதுதான்.

வீலர் கடையில் எல்லாப் பொருட்களுக்கும் பிரிட்டிஷ் நாணய விகிதம். அதை பி.ஜி. என்பார்கள். நிஜாம் ராஜ்ஜியத்தின் இதர இடங்கள் அநேகமாக அனைத்திலும் எச்.சி. அதாவது ஹைதராபாத் கரன்சி. இன்று பவுன் விலை நாளுக்கு நாள் மாறுவது போல இந்த இரு விகிதங்களின் நாணய மாற்று விகிதம் மாறும். ஆனால் ஒரு பொது முறை உண்டு. அன்று ரூபாய்க்குப் பதினாறு அணாக்கள். ஒரு அணாவுக்கு ஆறு பைசா. ஒரு பிரிட்டிஷ் அணாவுக்கு ஹைதாராபாத் பணம் ஒரு பைசா அதிகம் தர வேண்டும். கணக்கில் எங்களுக்கு இது தனிப் பாடம். வீலர் கடையில் ஹைதராபாத் பணத்தை வாங்கிக் கொள்வார்கள். ஒரு ரூபாய் என்று அச்சிட்டிருந்தால் அந்த ஒரு ரூபாயுடன் பதினாறு பைசாவும் தர வேண்டும். அங்கு விற்கப்படும் பத்திரிகைகள், புத்தகங்கள் அகில இந்திய விகிதத்தில் விலை நிர்ணயிக்கப்பட்டவை.

எங்களுக்கு அந்தக் கடையில் தேவையானது ஓர் ஆங்கில வாரப் பத்திரிகையான 'பிக்சர்கோயர்'. பதினாறு பெரிய பக்கங்கள். மிக இலேசான பழுப்பு வண்ணத்தாளில் நல்ல பழுப்பு மையில் அச்சிடப்பட்டிருக்கும். 'செபியா' அல்லது 'செபியாடோன்' என்று கூறுவார்கள். அதிலுள்ள புகைப் படங்கள், கட்டுரைகள், விமர்சனங்கள், செய்திகள் அனைத் திலும் ஆசிரியரின் தர நிர்ணயம் தெரியும். இப்படி ஒரு பத்திரிகை இருக்கிறது என்றும் அது ரயில் நிலைய வீலர் கடையில் கிடைக்கும் என்றும் சுந்தர்குமார்தான் கண்டு பிடித்தான். எனது வீட்டைவிட அவனது வீடு ரயில் நிலையத் துக்குச் சற்று அருகாமையில் இருந்தது. நாங்கள் சைக்கிள் விடுபவர்களாக இருந்தாலும் வீலர் கடைக்கு நடந்தே போவோம். ரயில் நிலையத்தில் கட்டணம் இல்லாமல் சைக்கிளை நிறுத்திவைக்க முடியாது.

நான் இன்னொரு விபத்தையும் சந்தித்தேன். வீலர் கடை ரயில் நிலையத்தின் பிரதான பிளாட்ஃபாரத்தில் இருந்தது. ரயில் பிளாட்ஃபாரத்தில் நுழையாமல் வீலர் கடைக்குப்

போக முடியாது. ரயில் உண்டோ இல்லையோ பிளாட்ஃபாரம் கம்பிக் கதவருகே கறுப்புக் கோட்டுக்காரர் ஒருவர் இருப்பார்.

நான் முதல் இரண்டு மூன்றுமுறை எந்தச் சிக்கலுமில்லாமல் புத்தகக் கடைக்குப் போய்விட்டு வந்தேன். 'பிக்சர்கோயர்' ஒரு குறிப்பிட்ட தினம்தான் வரும் என்றில்லை. அந்த நாளில் அயல் பத்திரிகைகள் பெரும்பாலும் கப்பலில் தான் வரும். சில சந்தர்ப்பங்களில் இரு இதழ்கள் ஒரே சமயத்தில் வந்துவிடும். என்னிடம் நிஜாம் நாணயம் சரியாக நான்கணா நான்கு பைசா இருக்கும். கல்லூரியிலிருந்து திரும்பி வரும்போது ராணிகஞ்ச் என்ற இடத்தில் இறங்கி வீட்டுக்கு நடந்து வந்தால் ஒன்றரை அணா மிச்சம் பிடிக்கலாம். ஆனால் மீண்டும் நான்கணா நான்கு பைசா சேருவதற்குள் அந்த இதழ் விற்றுப் போய்விடும்.

கறுப்புக் கோட்டுக்காரர் என்னைத் தடுத்து நிறுத்தினார். "எங்கே பிளாட்ஃபாரம் டிக்கெட்?"

"என்ன?"

"என்ன என்ன? எங்கடா பிளாட்ஃபாரம் டிக்கெட்?"

"எங்கிட்டே இல்லையே?"

"பின்னே ஏன் அங்கே போனே? ஏதாவது சுருட்டிக் கொண்டு போவதற்கா?"

"நான் வீலர் கடைக்குப் போனேன்."

"அங்கே சுருட்டறதுக்கா? அங்கேதான் நிறையத் திருட்டு."

"இதோ பாருங்க என் கையிலே பைசா. நான் ஒரு பத்திரிகை வாங்க வந்தேன். அது இங்கேதான் கிடைக்கும்."

"காசு காமி."

"இதோ பாருங்க."

அந்த ஆள் அதிலிருந்து ஓரணா எடுத்துக் கொண்டார்.

"போ" என்றார்.

நான் அழுதுவிட்டேன். "பின்னே எப்படிடா சொல்லாம கொள்ளாம உள்ளே போனே? பிளாட்ஃபாரம் டிக்கெட் ஒரு அணா, தெரியுமில்லே?"

"நான் மறுபடியும் பத்திரிகை வாங்க முடியாது சார். அது பி.ஜி. நாலணா."

அந்த ஆள் என்னை உற்றுப் பார்த்தார். "சரி போ. இனிமே எங்கிட்டே சொல்லிட்டுப் போ. நேரே புக்ஸ்டால் போய்த் திரும்பிடணும்."

எனக்கு வீடு திரும்பும்வரை உடல் நடுங்கிக் கொண்டி ருந்தது. முதலில் ஒரு அணா இழப்பு எனக்கு மிகப் பெரியது. இரண்டாவது, இது அப்பாவுக்குத் தெரிந்தால் மிகவும் சங்கடம்.

நான் ஒரு மாதம் வரை 'பிக்சர்கோய'ரும் வேண்டாம் 'டிராமா கோய'ரும் வேண்டாம் என்று இருந்தேன். காலம் சில விஷயங்களைத் தெளிவுபடுத்தியது. அந்த ஆள் பிளாட் ஃபாரமுக்கே போகக் கூடாது, புத்தகக் கடைக்குப் போகக் கூடாது என்று சொல்லவில்லை. சொல்லி விட்டுப்போ, நேரே புத்தகக் கடைக்குப் போய்த் திரும்பி வா என்றுதான் சொன்னார். அது நியாயம்தானே!

மீண்டும் ஒரு நாள் நிஜாம் நாணயம் நான்கணா நான்கு பைசா எடுத்துக்கொண்டு ரயில் நிலையம் சென்றேன். இம்முறை யும் ஒரு கறுப்புக் கோட்டுக்காரர் இருந்தார். நான் அவரிடம், "வீலர் கடைக்குப் போக வேண்டும்" என்றேன். முதலில் நான் சொன்னது புரியவில்லை. மீண்டும் சொன்னேன்.

"போ... எங்கிட்டே ஏன் சொல்லறே?"

"சொல்லிட்டுப் போகணும் இல்லியா?"

அவர் ச்ச்சா என்று சப்புக் கொட்டினார். அன்று ஓர் இதழ் 'பிக்சர்கோயர்' வந்திருந்தது. அதை வாங்கி வரும்போது கறுப்புக் கோட்டுக்காரர் "என்ன அது!" என்று கேட்டார்.

நான் அவர் கையில் கொடுத்தேன். அவர் பிரித்துப் பார்த்தார். "நீ நாளைக்கு வாயேன். நான் படித்துவிட்டுத் தருகிறேன்" என்றார்.

கைக்கெட்டியது வாய்க்கெட்டாமல் போயிற்று. அதன் பிறகு நான் தினம் ரயில் நிலையம் போனேன். கம்பிக் கத வருகே ஆட்கள் மாறிக்கொண்டே இருந்தார்கள். ஒரு நாள் அந்த ஆள் இருந்தார். வெறுங்கையோடு.

"சார், 'பிக்சர்கோயர்'."

"என்ன?"

"நீங்க எங்கிட்டேந்து வாங்கிக்கொண்ட பத்திரிகை."

"நானா?"

"ஆமாம்... நீங்களேதான்."

"என்ன அது?"

"அதான் 'பிக்சர்கோயர்'!"

"அது என்னது?"

“அது ஒரு பத்திரிகை சார். நான் கஷ்டப்பட்டு வீலர் கடையிலேர்ந்து வாங்கிண்டு வந்தேன். நீங்கப் படிச்சுட்டுத் தர்றேன்னு வாங்கிண்டீங்க.”

“நான் அந்த மாதிரி செய்ததே இல்லையே? அது வேறே ஏதாவது டிக்கெட் கலெக்டரா இருக்கும்.”

“இல்லை சார்... நீங்கதான்.”

“நான் இல்லேன்றேன். நீ பேசிண்டே போறீயே? எங்கேடா பிளாட்ஃபாரம் டிக்கெட்?”

“நான்... நான்...” நான் அழத் தொடங்கி விட்டேன். அப்போது ஒரு லோக்கல் வண்டி வந்து டஜன் கணக்கில் பயணிகள் வெளியே போனார்கள். அவர்களில் ஒருவரைக் கூட அந்த டிக்கெட் கலெக்டர் டிக்கெட் கேட்கவில்லை. அவர்களாகக் கொடுத்தவர்களிடம் வாங்கிக்கொண்டார்.

என் உலகமே தொலைந்து போய்க் கொண்டிருக்கிற மாதிரி உணர்ந்தேன். காசு கொடுத்து ஒரு பத்திரிகை வாங்கு வதற்கு இவ்வளவு தடைகளா? ஏன் இந்தக் கறுப்புக் கோட்டுக் காரர்கள் இவ்வளவு எளிதாக ஒரு சிறுவனை ஏமாற்றத் தயங்காமல் இருக்கிறார்கள்? அடுத்த முறை ஒரு அணா பிளாட்ஃபாரம் டிக்கெட் வாங்கிக்கொண்டு போய் ‘பிக்சர் கோயர்’ வாங்கி வந்தால் இந்தக் கறுப்புக் கோட்டுக்காரர்கள் அதைப் பிடுங்கிக் கொள்ளமாட்டார்கள் என்று என்ன உத்தர வாதம்? வீலர் மாதிரி ஒரு கடை வேறெங்காவது இருக்கக் கூடாதா?

நான் ரயில் நிலையம் எதிரில் இருந்த சாலையில் ஒரு ஓரமாக நின்றுகொண்டு செய்வதறியாது விழித்துக் கொண் டிருந்தேன். என் துக்கம் தலையைப் பிளந்துவிடும் போலிருந் தது. அப்போது ஒரு சிவப்பு டிரக் ரயில் நிலையக் கட்டடத்தில் ஒரு மூலையில் நின்றது. அதிலிருந்து தபால் மூட்டைகளைச் சுமந்து சிலர் அப்படியே ரயில் நிலையத்துள் போனார்கள். நான் அங்கே போனேன். டிக்கெட் கலெக்டர் நின்ற இடத்தை விட இங்குத்தான் நிறையப் பேர் போய் வந்து கொண்டிருந் தார்கள். நானும் பிளாட்ஃபாரம் உள்ளே போய் வீலர் கடைக்குப் போனேன். அன்று ‘பிக்சர்கோயர்’ வந்திருந்தது. இரு நிமிடங்கள் முன்புதான் உலகமே பறிபோனது போல வெயிலில் நின்றுகொண்டிருந்தேன். இப்போது என்னைக் காட்டிலும் ஆறாம் ஜார்ஜ் அல்லது நிஜாம்கூட மகிழ்ச்சியுடன் இருக்க மாட்டார்கள்.

அன்று மாலை சுந்தர்குமார் வீட்டுக்குப் போனேன். அவன் வீட்டில் ரேடியோ உண்டு. அவன் ‘கேளு, கேளு’

என்று ஒரு ஸ்டேஷன் வைத்தான். பொதுவாகவே அன்று இந்திப் பாட்டுகள் நன்றாக இருக்கும். அந்த ஸ்டேஷனில் அந்தப் பாடல்களிலும் மிகச் சிறந்தவற்றை அளித்துக்கொண் டிருந்தார்கள்.

"என்ன ஸ்டேஷன்?" என்று கேட்டேன்.

"ரேடியோ போர்டு!" என்று அவன் பதில் தந்தான்.

"அது எங்கே இருக்கு?"

"தெரியாது. ஆனால் இந்திப் பாட்டுக்கு இதை மிஞ்சி ரேடியோ ஸ்டேஷன் கிடையாது."

உண்மை. பல ஆண்டுகள் கழித்து அது ரேடியோ போர்டு இல்லை, ரேடியோ கோவா என்று தெரிந்துகொண்டேன்.

"இந்த வாரம் 'பிக்சர்கோயர்' வாங்கிட்டயா?"

"இல்லேப்பா. போகணும். எங்கிட்டே இரண்டு பைசா குறையுது. அப்பா அம்மா இரண்டு பேர் கிட்டேயும் நான் வாங்கிட்டேன். இந்த மாசம் தரமாட்டாங்க. நீ வாங்கினியா?"

"ஆமாம். நான் உனக்குத் தர்றேன். ஆமாம், நீ பிளாட் ஃபாரம் டிக்கெட் வாங்கிண்டா போறே?"

"ஏம்ப்பா, இதை வாங்கறதுக்கு யாராவது பிளாட்ஃபாரம் டிக்கெட் வாங்குவாங்களா?"

"என்னை டிக்கட் கலெக்டர் ரொம்ப சதாய்க்கிறான்."

"நீ அவங்கிட்டே எதுக்குப் போறே?"

"பின்னே எப்படி உள்ளே போறது?"

"சும்மா தபாலோட, இல்லே பார்சல்காரன் வழியிலே போப்பா... தொந்தரவே இல்லை."

இதையும் எனக்கு முன்னால் சுந்தர்குமார் கண்டுபிடித்து விட்டான்!

என் அப்பா இறந்த பிறகு நாங்கள் குடும்பத்தோடு சிகந்தராபாத்தை விட்டுச் சென்னை வந்துவிட்டோம். ரயிலேறப் போனபோது வீலர் கடையைப் பார்த்தேன். அது பூட்டி இருந்தது.

கல்கி, ஆகஸ்ட் 2010

1945இல் இப்படியெல்லாம் இருந்தது...

கங்காராம் பற்றி சீனுவாசன் சொன்னது எனக்குச் சரியாகப் புரியாது போனாலும் கங்காராம் ஏதோ சிக்கலில் மாட்டிக்கொள்வான் என்று மட்டும் தெரிந்தது. சீனுவாசன் என்னுடன் ஒன்பதாவது வகுப்பில் படிப்பவன். அவன் முந்தைய வருடமும் ஒன்பதாவது வகுப்பில்தான் இருந்திருக்கிறான். ஆனால் இறுதிப் பரிட்சை பாஸ் செய்யவில்லை. கங்காராம் எங்கள் பள்ளிக்கூடத்தின் வாட்ச்மென், காவல்காரன். ஐந்து பிரம்மாண்டமான கட்டடங்கள், நிறைய வெற்றிடம் உள்ள எங்கள் பள்ளியை மாலை ஐந்து மணியிலிருந்து அடுத்த நாள் காலை ஒன்பதரை மணிவரை காவல் காப்பவன். அதையே அவ்வளவு பெரிய பள்ளிக்கு மாலையிலிருந்து காலைவரை ஒரே மன்னனாக இருப்பவன் என்றும் சொல்லலாம். ஊரிலேயே எங்கள் பள்ளிதான் மிகப் பெரியது; ஏறத்தாழ ஆயிரம் மாணவர்களும் எழுபது ஆசிரியர்களும் உடையது. ஐம்பது வகுப்பறைகள், வேதியியல் பௌதிகத்து சர்க்கஸ் காட்சிக்கு உள்ளதுபோல காலரிகொண்ட அறைகள், தச்சு வேலை பயில ஒரு நீண்ட பயிற்சிக்கூடம், இரண்டு குஸ்திச் சண்டைக் குழிகள், ஓர் உடற்பயிற்சிக்கூடம், கிரிக்கெட், கால்பந்து ஆட ஒரு பெரிய மைதானம், ஒரு பெரிய பிரார்த்தனைக்கூடம் என இருந்த எங்கள் பள்ளியைக் கங்காராம் இரவு வேளைகளில் வாடகைக்கு விடுகிறான்! சீனுவாசன் சொன்னதன் முழு அர்த்தமும் புரியாதபோதிலும் எனக்கு ஏனோ வயிற்றைக் கலக்கியது.

அசோகமித்திரன்

எங்கள் பள்ளியிலேயே கங்காராம்தான் மிகக் கம்பீரமான தோற்றம் உடையவன். சிறு வயதில் நம் கண்ணுக்குப் பெரிய தோற்றம் கொண்டவர்கள் பிற்காலத்தில் நமக்கும் சிறியவர்களாகிவிடுவார்கள். கங்காராம் பற்றி எனக்கு அந்தச் சந்தேகம் உண்டு. அவனுடைய சீருடையில் பெல்ட்டும் தலைப்பாகையும் அணிந்த அவன் ஏதோ ஒரு நிஜாம்போல் எனக்குத் தெரிந்தான். காலையில் பத்தே காலுக்குப் பெரிய கேட்டுகளை மூடிப் பூட்டிவிடுவான். ஆனால் எங்கள் பள்ளிக்கு வேறு வழிகளும் உண்டு. நான் தினம் சுவர் ஏறிக் குதித்துத்தான் பள்ளிக்குப் போவேன். ஒரு நாள் கங்காராம் பிடித்துவிட்டான்.

"வா, பிரின்ஸ்பால் ரூம்."

"வேண்டாம், வேண்டாம்."

"கேட் திறந்திருக்கப்பவே இப்படிச் சுவர் மேலே ஏறிக் குதிக்கறே!"

"இந்தப் பக்கமா வரவங்க எல்லாருமே ஏறிக் குதிச்சுத்தான் வராங்க."

சுவர் ஏறிக் குதித்து ஓடினான்.

"டேய், டேய்!" என்று கங்காராம் அவனைத் துரத்தப் போனான். நான் நொடியில் என் வகுப்பறைக்குப் போய் உட்கார்ந்தேன்.

காவல் காப்பதோடு கங்காராமுக்கு இன்னொரு பணியும் உண்டு. பிரின்ஸ்பால் கைவலி என்று கங்காராமைப் பிரம்படி அடிக்கச் சொல்வார். ஒரு மாதத்தில் ஏழெட்டு மாணவர்கள் சிக்குவார்கள். கங்காராம் அடிப்பது பிரின்ஸிபால் அடிப்பதை விட மிருதுவாக இருக்கும். பிரம்படி படுவது அவமானம் என்பதைத் தவிர யாரும் பெரிதுபடுத்தமாட்டார்கள். மிகச் சில மாணவர்கள் பெற்றோரிடம் புகார் செய்வார்கள். என்றோ ஒரு நாளைக்கு ஒரு தகப்பனார் பிரின்ஸ்பாலிடம் வருவார். அதற்குள் அவருக்கு எந்தப் பையனுக்குத் தண்டனை தரப் பட்டது என்பது மறந்துவிடும். சீனுவாசன் போன்று ஐந்தாறு மாணவர்கள் அடிக்கடி சிக்குவார்கள். அவர்களைப் பிரின்ஸ்பால் நினைவில் வைத்திருப்பார்.

சீனுவாசன் என்னிடம் பரம ரகசியமாகச் சொன்னது நிஜமோ என்று நினைக்கும்படித் திடீரென ஒருநாள் கங்காராமைக் காணோம். அவனை வேலையைவிட்டு நிறுத்தி விட்டார்கள். பதிலுக்கு வந்தவன் ஒல்லியாக உயரமாக

இருந்தான். ஆனால் கங்காராமின் கம்பீரம் இல்லை. சிடுசிடுவென்றிருப்பான். மாணவர்கள் வழக்கம் போலச் சுவரேறிக் குதித்துக்கொண்டிருந்தார்கள்.

எங்கள் வீட்டிலிருந்து சுமார் முக்கால் மைல் தூரத்தில் ரெஜிமெண்டல் பஜார் போலீஸ் ஸ்டேஷன் இருந்தது. அதற்கு நேர் எதிரே ஒரு சந்து. அதில் சின்னச் சின்ன வீடுகளாக நிறைய இருக்கும். நடு நடுவில் சில சிறு கடைகள் இருக்கும். நாங்கள் அரிசி கோதுமை அல்லது சோளம் அரைக்க இரு நாட்களுக்கு ஒருதரம் இந்தச் சந்துக்குத்தான் வர வேண்டி யிருக்கும். அந்தச் சந்தில் மூன்று மாவரைக்கும் 'மில்கள்'. முதல் கடை, மாவு திருடுகிறது என்று இரண்டாவதுக்குப் போவேன். அங்கும் மாவு குறைகிறது என்று மூன்றாவதற்குப் போவேன். மூன்று கடைகளும் இரவு கடை மூடும்போது நான்கு – காலன் மண்ணெண்ணெய் தகர டப்பாக்கள் இரண்டில் இயந்திரத்தில் ஒட்டிக்கொண்டிருக்கும் மாவை எடுப்பார்கள். இதை வாங்கிப் பலர் கூழ், தோசை அல்லது சப்பாத்தி செய்து சாப்பிடுவார்கள். ஒரு நாள் நான் கோதுமை மாவு அரைத்துப் போக இரண்டாவது கடைக்குப் போன போது அங்குக் கங்காராம் கடைக்காரனிடம் கலவை மாவு வாங்கிக்கொண்டிருந்தான்.

"கங்காராம்!" என்று நான் மகிழ்ச்சியோடு கூப்பிட்டேன்.

கங்காராம் என்னைப் பார்த்தான். அவன்வரையில் எண்ணற்ற சிறுவர்களில் நானும் ஒருவன்.

"கங்காராம், நீ ஏன் ஸ்கூலுக்கு வரதில்லே? ஏன் நிறுத் திட்டாங்க?"

எனக்குப் பதில் சொல்வதா வேண்டாமா என்பதுபோல் கங்காராம் என்னை உற்றுப்பார்த்தான்.

"நீ யாரு?"

நான் என் பெயரைச் சொன்னேன். ஒன்பதாம் வகுப்பு என்றும் சொன்னேன்.

"உன் மாதிரி ஒரு பையனாலே தான் என் வேலை போச்சு?"

"யாரு? சீனுவாசனா?"

"சீனுவாசனோ கிருத்திவாசனோ, எனக்குத் தெரியாது. என்னைக் கூப்பிட்டுக் கேக்காமகூட பிரின்ஸ்பால் டிஸ்மிஸ் பண்ணிட்டார்."

“நீ போய்க் கேக்கலையா?”

“கேட்டேன், பையா. ஆனால் அவர் ஸ்கூல் செகரட்டரியே என்னை டிஸ்மிஸ் பண்ணச் சொன்னாருன்னு சொன்னாரு.”

“எதுக்கு?”

“தெரியலை, பையா. ஸ்கூலுக்குக் கெட்ட பேர்னு மட்டும் சொன்னாரு.”

“கங்காராம், உனக்குக் கொஞ்சம் சோளமாவு வேணுமா?”

“வேண்டாம். இந்த ஜகீர் தர மாவுலேயே எல்லாம் இருக்கு.”

கங்காராம் போன பிறகு நான் அரை மணிநேரம் காத்துக் கொண்டிருக்க வேண்டியிருந்தது. கங்காராமால் இந்தக் கலவை மாவை உண்டு எவ்வளவு நாட்கள் வாட்டசாட்டமாக இருக்க முடியும்?

என்னிடம் மீண்டுமொருமுறை சீனுவாசன் எதையோ சொல்ல வந்தபோது, “எனக்கு இதெல்லாம் தேவையில்லை, போ!” என்றேன்.

அவன் கேலியாக உதட்டைப் பிதுக்கிக்கொண்டு போனான். அவன் ‘இரண்டாம் ஆண்டு’ என்றால்கூடக் கடைசி பெஞ்சில்தான் உட்கார்ந்து கொள்வான். என்னுடையது அதற்கு முந்தைய பெஞ்சு.

வகுப்பு நடந்துகொண்டிருந்தபோதே சீனுவாசன் என்னை உதைத்துக்கொண்டே இருந்தான். ஒருமுறை பொறுக்காது எழுந்து நின்றேன். “சார், இவன் உதைச்சுண்டே இருக்கான்” என்றேன்.

“கழுதைதானே, அப்படித்தான்” என்று சார் சொன்னார்.

வகுப்பு முடிந்து நிச்சயம் சண்டை இருக்குமென எல்லா மாணவர்களும் எதிர்பார்த்தார்கள். ஆனால் நானும் சீனுவாசனும் வேறு வேறு திசைகளில் போனோம்.

அடுத்த நாள் பிரின்ஸ்பால் கூப்பிடுகிறார் என்று புது வாட்ச்மென் என்னைக் காட்டி ஆசிரியரிடம் சொன்னான். காரணம் புரியாமல் நான் அவனைப் பின்தொடர்ந்தேன்.

“நீ சும்மாச் சும்மா ஒரு பையன் மேலே கம்ப்ளெயிண்ட் பண்ணிண்டேயிருக்கயாமே?” என்று பிரின்ஸ்பால் கேட்டார்.

விஷயமே புரியாமல் விழித்தேன். அங்கே அறையின் ஓர் ஓரத்தில் சீனுவாசன் நின்றுகொண்டிருந்தான்.

"சார், இவன் கெட்டக் கெட்ட வார்த்தையெல்லாம் பேசறான், சார். என்னோட பேசாதேன்னேன். என் பெஞ்சுக்குப் பின்னாலே உட்கார்ந்துண்டு உதைச்சுண்டேயிருந்தான்."

"ஏண்டா, அப்படியா?"

"அவன்தான் கெட்டகெட்ட வார்த்தை எல்லாம் பேசுவான்."

"நான் நீ சொல்லக் கேட்டிருக்கேன். அவன் சொல்லிக் கேக்கலை."

சீனுவாசன் திகைத்து நின்றான்.

"ஏண்டா, சீனுவாசா, மாசம் ஒருதரம் இரண்டுதரம் இங்கே அடிவாங்கறே நீ இந்த வருஷமாவது பாஸ் ஆக வேண்டாமா?"

பேச்சு வேறு திசையில் போவது கண்டு சீனுவாசன் கலவரம் அடைந்தான்.

பிரின்ஸ்பால் அவனை, "நீ போ, கிளாசுக்கு" என்றார்.

அவன் போன பிறகு, "நீ அவனோட சேராதே. இரண்டு பேருக்கும் நல்லதில்லே. அவன் அம்மா எங்கிட்டே வந்து அழுதா" என்றார்.

"சார், கங்காராம் பற்றி சீனுவாசன் தான் சொன்னானா?"

"ஆமாம். உனக்கெப்படித் தெரியும்?"

"சார், கங்காராம் நல்லவன்."

"உனக்கெப்படித் தெரியும்?"

"நீங்க அவனைக் கூப்பிட்டுக் கேளுங்க, சார். அவனாலே ஒரு கெட்ட பேரும் ஸ்கூலுக்கு வராது."

"செகரட்டரிதான் உடனே டிஸ்மின்னு சொன்னார். அவர் சீனுவாசன் பக்கத்து வீடு."

"இப்போகூட நீங்க விசாரிச்சுப் பாக்கலாம், சார் அவன் ரெஜிமெண்டல் பஜார்லேதான் எங்கேயோ இருக்கான்."

"நீ அழைச்சுண்டு வா."

அதன் பிறகு ஒரு வாரம் எனக்கு நேரம் கிடைத்த போதெல்லாம் கங்காராமைத் தேடிப் போனேன். ஸ்கூல்லே இருந்த முகவரி மிகப் பழையது. கடைசியாக நான் அவனைக் கண்டுபிடித்தபோது அவன் மிகவும் மோசமான நிலையில் இருந்தான். அவன் முதலில் என்னுடன் வரத் தயாராக இல்லை.

“வா, கங்காராம். பிரின்ஸ்பாலே சொன்னாரு.”

பிரின்ஸ்பாலுக்கும் அவனைப் பார்க்கவே கஷ்டமாக இருந்தது. “நீ வந்து சொல்லியிருக்கலாமே?” என்றார்.

“கையிலே கடுதாசு கொடுத்திட்டீங்க, நான் என்ன பண்ணுவேன்?”

“நீ ஏதாவது ஆம்பளை பொம்பளைக்கு ஸ்கூலைத் திறந்து விட்டயா?”

“என்னங்க?”

“கெட்ட காரியத்துக்காக. ஸ்கூல் வெராண்டாவை யாராவது பயன்படுத்தினாங்களா?”

“என்ன கெட்ட காரியம்?”

பிரின்ஸ்பால் என்னைப் பார்த்தார் “போ வெளியே” என்றார்.

நான் அவர் அறைக்கு வெளியே காத்திருந்தேன். திடீரென்று கங்காராம் சிரிக்க ஆரம்பித்தான். பிரின்ஸ்பாலும் சிரித்த மாதிரி இருந்தது. நான் உள்ளே போனேன். பிரின்ஸ்பால் இறுக்கம் தணிந்தவராக, “சரி, நீ போ. நான் செகரட்டரிகிட்டே சொல்லி உன்னை மறுபடியும் வாட்ச்மென் ஆக்குறேன்” என்றார்.

“புது ஆளு?”

“அது ஒரு மாசத்துக்குத்தான். நீ நாளைக்கே வந்துரு.

நானும் கங்காராமும் வெளியே வந்தோம்.

“என்னாச்சு, கங்காராம்?”

“போன மாசம் பெரிசா மழை அடிச்சதில்லே, அப்போ இங்கே லீவு வேறே. இரண்டு நாள் ஏழெட்டுப் பிச்சைக்காரங்க வெராண்டாலே ஒண்டியிருக்காங்க. நான்தான் விட்டேன். அவங்க ஏதோ கலீஜ் பண்ணிட்டாங்கன்னு செகரட்டரிகிட்டே யாரோ சொல்லியிருக்காங்க.”

"யாரு?"

"அதுகூட ஒரு பையன்தான்."

"சீனுவாசனா?"

"தெரியாது, ஆனா என் வேலை போச்சு."

"இப்போ வந்துடுத்தே?"

"பழைய மாதிரி ஆகுமாப்பா? இப்போ எல்லாரும் என்னைக் காவல் காப்பாங்க."

அதன் பிறகு நான் எப்போதும் தானியம் அரைக்க இரண்டாவது கடைக்கே போனேன்.

காலச்சுவடு 128, ஆகஸ்டு 2010

நிஜம்

இரண்டாம் உலக யுத்தம் முடிந்து இரண்டு மூன்று ஆண்டுகள் ஆகியிருக்கக் கூடும். இன்னும் வெளிப் படையாகப் பனிப்போர் துவங்கவில்லை. ஐரோப்பிய நாடுகளில் இடிபாடுகள் மத்தியில் மக்கள் பட்டினி யாலும் குளிருக்குப் போதிய உடை, கணப்பு இல்லாமலும் தவித்துக்கொண்டிருந்தார்கள்.

இவ்வளவுக்கும் மத்தியில் விஞ்ஞான ஆய்வாளர்கள் தங்கள் பணியைச் செய்து கொண்டிருந்தார்கள். பெனிசிலின் என்ற விந்தை மருந்து பல நோயாளிகளுக்கு ஆறுதல் அளித்தது. மருத்துவ நிபுணர் செபாஸ்டியன் தாமஸ், ஐம்பது வயது தாண்டியவர்களுக்கு வரும் இதய நோய்க்கு அறுவைச் சிகிச்சை மூலம், இன்னும் இருபது முப்பது ஆண்டுகள் அவர்கள் ஆயுள் நீடிக்க வழி கண்டுபிடித்துவிட்டார். ஒரே ஒருமுறை அமெரிக்கா சென்று, அங்கு ஓர் கருத்தரங்கில் கட்டுரை படித்து, உலகெங்கும் இதய நோய்ச் சிகிச்சையில் புதிய பாதை ஏற்பட வைத்தார். அந்தக் கருத்தரங்குக்குத் தென் ஆப்பிரிக்காவிலிருந்து கிரிஸ்டியன் பர்னார்டு என்ற மருத்துவ நிபுணரும் வந்திருந்தார். அவர்தான் பிற் காலத்தில் இதய மாற்றுச் சிகிச்சையை முதன் முதலாக வெற்றிகரமாகச் செய்து முடித்தார்.

செபஸ்டியனுக்குத் தருஸ்யா என்ற நாட்டிலிருந்து அழைப்பு வந்தது. அந்த நாட்டுத் தூதரே நேரில் வந்து அழைத்து இருவழி விமானச் சீட்டையும் தந்தார். செபாஸ்டியனுக்குத் தன் உதவியாளரையும் அழைத்துச் செல்ல வேணடும் என்று விருப்பம். ஆனால் செபாஸ்டி

யனுக்கு மட்டும்தான் விசா தர முடியும் என்று தருஸ்யா நாடு கூறிவிட்டது.

தருஸ்யா ஓர் இருண்ட நாடு என்று பெயர் பெற்றது. முப்பது ஆண்டுகளுக்கு மேலாக ஒரு சர்வாதிகாரி ஆட்சி நடத்திவந்தான். 'எல்லாவற்றையும் ஜான் பார்த்துக்கொள்வார்' என்பது அந்த நாட்டின் ஆதார கோஷம். தலைநகரில் மட்டு மல்லாது கிராமப்புறத்திலும் ஜானின் முகம் இதைக் கூறிக் கொண்டிருக்கும். ஆனால் கோஷத்திற்கு வேறு பொருள் உண்டு என்றும் எல்லாருக்கும் தெரியும். 'ஜாக்கிரதை. உன் உயிர் என் கையில்' என்று ஜான் சொல்லாமல் சொல்லிக் கொண்டிருந்தான்.

தருஸ்யாவின் தலைநகரில் செபாஸ்டியனின் உரைக்கு இருபது பேர் வந்திருந்தனர். எல்லாருக்கும் ஒரே மாதிரி உடை. ஒரே மாதிரி முகத் தோற்றம். கைகுலுக்கும்போது புன்னகைகூட மிகவும் அடக்கமாக இருந்தது. செபாஸ்டிய னுக்கு ஒரு சந்தேகம் தோன்றியது. அவருடைய உரைகளுக்குப் பத்துப் பன்னிரண்டு நபர்கள்கூட வரமாட்டார்கள். இங்கு இருபது பேர்! உரை முடிந்தபின் ஒருவர்கூட வினா எழுப்ப வில்லை. அதுகூடச் சாத்தியம்தான். ஆனால், அவர்கள் மருத்துவர்கள்தானா என்ற ஐயம், அவர்களில் ஆங்கிலம் சிறிது அறிந்தவருடன் செபாஸ்டியன் பேச முற்பட்டபோது ஏற்பட்டது. ஆனால், அதிகாரிகள் அவரை உடனே வெளியே அழைத்துவந்து ஒரு காரில் ஏற்றிவிட்டார்கள்.

கார் அவர் தங்கியிருந்த விடுதிக்குப் போகவில்லை. மாறாக, ஒரு பெரிய மாளிகை உள்ளே சென்றது. செபாஸ்டி யனை இருபுறமும், காவல் அதிகாரிகள் போன்றவர்கள் அழைத்துச் சென்றார்கள்.

அங்குத் திரும்பி, இங்குத் திரும்பிப் பத்து நிமிடங்கள் கழித்து அவர்கள் ஓர் அறையை அடைந்தார்கள். இப்போது வேறு இருவர் செபாஸ்டியனை ஒரு கைதி போல ஓர் அறுவைச் சிகிச்சை அறைக்கு அழைத்துச் சென்றார்கள். அங்கே படுக்கையில் ஒரு நோயாளி பேச்சு மூச்சற்றுக் கிடந்தான்.

செபாஸ்டியன் தான் ஏதோ சூழ்ச்சியில் சிக்கிக்கொண் டிருப்பதை உணர்ந்தார். அங்கிருந்த மருத்துவர்களில் ஒருவர், டாக்டர் தாமஸ், "தங்கள் சிகிச்சைக்காக இங்கு ஒருவர் காத்திருக்கிறார். உடனே சுத்திகரிக்கப்பட்ட மேலுடை, கையுறை அணிந்து கொள்ளுங்கள்" என்றார்.

"நான் இந்த நாட்டில் எனது சிகிச்சை பற்றிப் பேசத்தான் வந்தேன். அதைச் செய்து காட்ட அல்ல."

அசோகமித்திரன்

"மன்னிக்க வேண்டும். முன்கூட்டியே தெரிவிக்க முடியவில்லை. இன்னும் அரை மணிக்குள் ஆபரேஷன் தொடங்கிவிட வேண்டும்."

செபாஸ்டியன், இரு மானிட்டர்களைப் பார்த்தார். அப்போது எல்.சி.டி. திரைகள் வந்திருக்கவில்லை. காகித உருளைகளில் பேனா வரைந்து கொண்டே போகும். நோயாளி இன்னும் உயிருடன் இருந்ததற்கு அந்தக் காகிதச் சுருள்கள் சாட்சி.

செபாஸ்டியன் உடனே பக்கத்து அறைக்குச் சென்று உடை மாற்றிக் கொண்டார். ஆபரேஷன் மேஜைக்கு வந்தார். நோயாளியின் முகம் தெரியாதபடி மூடியிருந்தது.

"இவருக்கு மயக்க மருந்து தராது சிகிச்சை செய்ய முடியாது. முகத்தை மூடியிருப்பதை எடுத்து விடுங்கள்" என்றார்.

"தேவையில்லை, நோயாளியின் முகத்தைத் திறக்காமலே சிகிச்சை செய்து விடலாம். மயக்க மருந்து தர ஒருவர் காத்திருக்கிறார்."

"எனக்கு விவாதத்தில் ஈடுபட விருப்பமில்லை. ஆனால் அடையாளம் தெரியாத நோயாளிக்கு நான் சிகிச்சையளிக்க முடியாது."

செபாஸ்டியன், தன் முதுகில் ஒரு கைத்துப்பாக்கி முட்டுவதை உணர்ந்தார்.

"என்னைக் கொன்றால் இந்த நோயாளியைக் காப்பாற்ற முடியாது. அடையாளம் தெரியாத நபருக்கு என்னால் சிகிச்சை அளிக்க முடியாது."

அந்த மருத்துவர்கள் புரியாத மொழியில் விவாதம் செய்தார்கள். "நோயாளியின் அடையாளம் தெரிந்துவிட்டால் நீங்கள் உயிருடன் ஊர் திரும்ப முடியாது."

"மன்னிக்க வேண்டும். நான் முகத்தைப் பார்த்தேயாக வேண்டும்."

மயக்க மருந்து தரவிருந்த நிபுணர் நோயாளியின் முகத் திரையை விலக்கினார். அது தருஸ்யாவின் சர்வாதிகாரியான ஜானின் முகம். ஜான் உடல்நலமில்லாமல் உயிருக்குப் போராடிக் கொண்டிருந்தது அந்த அறையிலுள்ள ஐந்து நபர்களைத் தவிர யாருக்கும் தெரியாது. எவ்வளவு நாட்களாக அந்த மனிதன் இப்படிக் கிடக்கிறான்?

இப்படியுள்ள கதை கொண்ட திரைப்படத்தைப் பார்த்த வுடன், பூபதிக்கு இந்திராகாந்தி மரணம் நினைவுக்கு வந்தது. பிபிசிக்காரர்கள் பன்னிரண்டு மணிக்கே உயிர் போய்விட்டது என்றார்கள். ஆனால், இந்திய அரசு மாலை ஆறே காலுக்குத் தான் மரணச் செய்தியை ஒலிபரப்பியது.

பூபதிக்கு மனம் குழம்பியது. உலகப் பிரசித்தி பெற்றவர்கள் சாவு விஷயத்திலேயே உண்மையறிய முடியாதபடி இருந்தால், சாதாரண ஏழை எளிய மக்கள் கதி என்ன? எவ்வளவு பேர் எங்கெங்குப் படுகொலைசெய்யப்பட்டு நடுக்காட்டில் வீசப்படுகிறார்களோ?

பூபதிக்குத் தெருவில் நடப்பதற்கே அச்சமாக இருந்தது. தினம் ஐம்பது அறுபது சாலை விபத்து நிகழ்கின்றன. இதில் எவ்வளவு உண்மையான விபத்துகள், எவ்வளவு திட்டமிட்டு நடத்தப்படுவது?

திரைப்படத்தில் அந்த செபாஸ்டியன் என்ற இதய சிகிச்சை நிபுணர், கழிப்பறை ஜன்னல் வழியாக வெளியே குதித்துத் தோட்டத்து மரங்களின் நிழலில் பதுங்கிப் பதுங்கி மாளிகையிலிருந்து வெளியேறி வேகமாகச் சாலையில் நடக்கிறார். ஓடினால் யாருக்கும் சந்தேகம் வரும். அந்த நாட்டின் மொழி ஒரு சொல் தெரியாது. அவர் எப்படித் தப்ப முடியும்?

ஆனால், அது திரைப்படம். ஒரு நாடக நடிகை செபாஸ்டியனை நாடக ஒப்பனை அறைக்கு அழைத்துச் சென்று, அவருடைய முகத் தோற்றத்தைச் சிறிது மாற்றி விடுகிறாள். அதன் பிறகு அவரை நாட்டு எல்லைக்கு அழைத்துச் சென்று பெரும் ஆபத்துக்களுக்கு இடையில் அவரைத் தப்ப வைத்துவிடுகிறாள்.

நிஜ வாழ்க்கையில் இந்த மாதிரியான ஆபத்துக்களிலிருந்து தப்ப முடியுமா? இந்த நாட்டிலேயே எவ்வளவு பேர் ஆண்டுக் கணக்கில் சிறைகளில் இருக்கிறார்கள்? இவர்களுடைய சிறை வாசத்தின்போது இறந்துவிட்டால் என்ன செய்வார்கள்? சிறையிலேயே புதைத்துவிடுவார்களா? மனைவி மக்களிடம் உடலைத் தருவார்களா? உயிரோடிருந்தபோது உறவினர் துளிப் பால்கூடத் தந்திருக்க முடியாது. சிறிது வசதியுள்ள குடும்பமாயிருந்தால், சாகும் தருணத்தில் கங்கை நீர் என்று விடக்கூடும். ஆனால் சிறையிலேயே செத்து விட்டால்?

பூபதி ஒரு திரைப்படம் தன்னை இந்த அளவுக்குக் கலக்கிவிடக்கூடும் என்று நினைத்ததில்லை. பேய் பிசாசுக்

கதைகள் வெகு எளிதில் மனதை விட்டு அகன்றுவிடுகின்றன. ஏதோ வெளிநாட்டில் நடந்தது அல்லது நடக்கக்கூடும் என்ற எண்ணத்தில் இப்படம் தயாரிக்கப்பட்டிருக்கும். ஒருவிதத்தில் இது வருவதை முன் கூட்டியே கூறுவது போல இருந்தது. இப்படம் வெளிவந்த பிறகுதான் ரஷ்ய சர்வாதிகாரி ஸ்டாலின் இறந்தான்.

ஆனால், அவன் எப்போது இறந்தான், என்ன நோய் கண்டு இறந்தான் என்று அந்த நேரத்தில் உலகுக்குத் தெரியாது. இப்போதும் தெரியாது. ஸ்டாலின் இருந்தபோது நடுநடுங்கிக் கொண்டிருந்தவர்கள் அவன் இறந்து மூன்றாண்டுகள் வரை அதே நடுநடுக்கத்தில் இருந்தார்கள். அதன் பிறகு ஒரு விமர்சனம், அப்புறம் இன்னொன்று, அப்புறம் ஸ்டாலின் மகளே தந்தைக்கு எதிராகப் பேசிக் கடைசியில், அந்த நாடே கோஷ்டி கானம் போல ஸ்டாலினை வைது தீர்த்தது. ஆனால், அவன் எவ்வளவு சாமர்த்தியசாலியாக இருந்தால் ரஷ்யா போன்ற மிகப் பெரிய நாட்டை அமைதிக் காலத்திலும் போர்க் காலத்திலும் அவனுடைய கட்டை விரலுக்கடியில் முப்பது ஆண்டுகள் வைத்திருக்க முடியும்? எது நிஜம்?

பூபதி வீட்டில் நுழைந்தவுடன் அவனுடைய மனைவி, "இன்னிக்கு மளிகைச் சாமான், ரேஷன் வாங்கி வரணும்னு திரும்பத் திரும்பச் சொன்னேன். சினிமாவுக்குப் போயிட்டு ஏழு மணிக்கு வீட்டுக்கு வர்றீங்களே?" என்று கத்தினாள்.

பூபதிக்கு வீட்டு உண்மையைக் கூட எளிதாகத் தெரிந்து கொண்டுவிட முடியாது என்று தோன்றியது.

கல்கி, ஏப்ரல் 2010

குடும்பப் புத்தி

'குடும்பப் புத்தியைக் காட்டிட்டான்' என்று ஜென்னி சற்று உரக்கவே முணுமுணுத்தது பிரபாகர் காதில் தெளிவாக விழுந்தது. இது அப்போது ஏற்பட்ட விவாதத்தில் அவள் யோசிக்காமல் சொன்னது அல்ல. எவ்வளவோ ஆண்டுகளாக இதை மனதில் புதைத்து வைத்துக்கொண்டு இன்று தோண்டி எடுத்திருக்கிறாள்! அவனுக்குத்தான் தெரியவில்லை.

"ஏன், என்ன ஆச்சு?" என்று பிரபாகரன் கேட்டான்.

"ஃபிரிட்ஜிலே வைக்கறதுக்குக் கூட உன்னோட பெர்மிஷன் வேணுமா?"

"நான் என்ன சொன்னேன்? மூடியைக் கெட்டியா மூடி வைன்னுதானே சொன்னேன்."

"அப்படீன்னா என்ன அர்த்தம்?"

"ஒண்ணும் புரியாததா சொல்லலையே?"

"அதுல வைக்காதேன்னு அர்த்தம்."

"நான் அப்படிச் சொல்லலியே."

"நீ எதை நினைச்சுண்டு சொன்னேன்னு தெரியும்."

"ராமா, ராமா! இதென்ன பைத்தியக்காரத்தனம்?"

"ஆமாம். நீ என்னைப் பைத்தியக்காரி மாதிரி தான் நடத்தறே. டிரைவிங் ஸ்கூல் போனயா?"

"இல்லை. இப்படி நீயா நினைச்சுண்டு சண்டை போட்டா நான் ஒண்ணும் செய்ய முடியாது."

“நானும் ஒண்ணும் செய்ய முடியாது. நான் இப்பவே அப்பா வீட்டுக்குப் போறேன்.”

“நீ அப்பா வீட்டுக்குப் போ. நான் வேண்டாம்னு சொல்லலை. ஆனா என்னோட சண்டை போட்டுண்டு போகாதே.”

“நான் எது செய்தாலும் அதைச் செய்யாதே, இதைச் செய்யாதேன்னு நீ சொல்லறே. அப்படீன்னா ஒத்துப்போகலே.”

“ராமா, ராமா, என்ன ஒத்துப்போகலே? சரி இனிமே நீ எதை வேணும்னாலும் ஃபிரிட்ஜிலே வை.”

“எனக்கும் ஜீஸஸ் ஜீஸஸ்னு சொல்ல முடியும். நான் இதுக்கெல்லாம் கடவுளைக் கூப்பிட மாட்டேன். ஒத்துப் போகலைன்னா ஒத்துப் போகலை. அவ்வளவுதான்.”

பிரபாகரன் இரு கைகளால் தலையைப் பிடித்துக்கொண்டு மேஜை முன் உட்கார்ந்தான். இவளுக்கு என்ன ஆயிற்று? அசைவம் இவளுக்குப் பிடிக்கும் என்றால் வேறெங்காவது தனியாக வைக்கட்டுமே? பாலுடனும் தயிருடனும்தான் வைக்க வேண்டுமா? இது சொன்னால் தவறா?

ஆனால், இதே விஷயம் பற்றி அவள் மூன்று வருடங்களுக்கு முன்பு சொன்னது அவனுக்கு நினைவில் இருந்தது. அவளுக்கு இல்லை. “எனக்கும் பெரிய பெரிய மீன்கள், புடலங்காய் எல்லாம் பிடிக்காதுன்னு மட்டுமில்லை, வயித்தைக் குமட்டிக் கொண்டு வரும். சூப்பர் மார்க்கெட்டிலேயே சில அலமாரிப் பக்கம் திரும்பக்கூட மாட்டேன். நீ சாப்பிடாதது எதையும் நான் தனியா ஒரு மூலையிலே கெட்டியா மூடி வைச்சுடறேன். ஃபிரிட்ஜில் அது உன் கண்ணில்கூடப் படாது.” அந்த முதல் நாட்கள்தான் எவ்வளவு இனிமையாக இருந்தன! அவர்கள் அதற்கும் முன் மூன்று வருடங்கள் காத்திருந்தார்கள். ஆறு வருடங்களாக அவளுக்குத் தோன்றாத அவனுடைய குடும்பம் இப்போது தோன்றிவிட்டது.

உண்மையில் அவர்கள் இருவருக்கும் அயல்நாட்டில் கல்லூரி விடுதியில் தங்கிப் படிக்கும் போது அடுத்தடுத்து வரும் சிறிய பெரிய பரீட்சைகள் பற்றித்தான் முழுக் கவனமும் இருந்தது. அவளுக்கு நகரப் பின்னணி. அவன் ஒரு சிற்றூர்க் காரன். ஆனால், அவர்கள் இருவருக்கும் அமெரிக்கப் பேராசிரியர்கள் உரையாற்றும்போது பாதிக்கு மேல் புரிய

வில்லை. அமெரிக்கர்களே இவ்வளவு வேறு வேறு மாதிரியாகப் பேசுவார்களா? ஆனால், போகப் போகப் பழக்கமாகி விட்டது.

பேச்சு மட்டுமில்லை. ஆண்கள் சந்தித்தால் கையைக் குலுக்கிக்கொண்டால் போதும். பெண் அவள் இரு கன்னங்களை எதிர் மனிதர் முத்தமிடக் காட்ட வேண்டும். பாவனைதான். ஆனாலும் அவள் சங்கடப்பட்டாள் என்பது தெரிந்தது. ஜென்னி பிறவிக் கிறித்துவள். சுதந்திரமாக உலவுவார்கள் என்ற பெயரைப் பெற்ற கேரளப் பெண்தான். ஒரு கோடீசுவரக் குடும்பத்தில் பிறந்தவள்தான். ஆனால் யார் யாரோ வலுக்கட்டாயமாக அவளுடைய காதுகளை முகர்ந்துவிட்டுப் போவது அவளுக்குப் பிடிக்கவில்லை என்று பிரபாகரன் ஊகித்துக் கொண்டான்.

பிரபாகருடைய ஹாஸ்டல் தனியாக இருந்தாலும் காலையில் வலம் வரும் பல்கலைக்கழக இலவச பஸ்ஸில் அவன் ஜென்னியைப் பார்ப்பான். முதல் முறை கடும் குளிரில் அவள் புடவை கட்டிக் காண்டு ஏன் திண்டாடுகிறாள் என்று நினைத்துக்கொண்டான். அவன் நினைத்தது அவளுக்குத் தெரிந்துவிட்டது போல அடுத்த நாளே அவள் ஒரு புது ஜீன்ஸ் பாண்ட்டில் வந்தாள். ஜீன்ஸ் பாண்ட் அப்போது வந்த புது ஃபாஷன். இன்று போலப் பொது உடையாகவில்லை. அவளுக்குச் சரியாக வாங்கிக்கொள்ளத் தெரியவில்லை. மேலும் பாண்ட்டை இடுப்பில் எங்குப் போட்டுக் கொள்வது என்றும் தெரியவில்லை. அவளிடம் போய் 'நீ கட்டாயம் பெல்ட் போட்டுக்கொள்ள வேண்டும்' என்று சொல்லிவிடலாமா என்றுகூட யோசித்தான். அவள் வெள்ளைக்காரியாக இருந்தால் இதைச் சொல்லலாம், அந்தப் பெண்ணும் நன்றி தெரிவிப்பாள். இந்தியப் பெண்கள் அமெரிக்காவில் இந்தியர்களுடன் ஓர் இந்தியப் பெண் மாதிரிதான் நடந்துகொள்வார்கள். காதிலே விழாதது போல மூக்கைத் தூக்கிக்கொண்டு வேறு திசையில் பார்ப்பார்கள்.

அவர்கள் ஒருவரை ஒருவர் பார்த்துத் தங்கள் மனதுக்குள் அடையாளம் கண்டுகொண்டாலும் அந்த அமெரிக்க மண்ணில் அவர்கள் இரு சொல் பரிமாறிக்கொள்ள மாதக்கணக்கில் ஆயிற்று. ஒரு தீவில் இங்கிலாந்துக்காரர்கள் இருவர் மாட்டிக் கொண்டால் முறையாக அறிமுகம் செய்து வைக்கவில்லை என்று ஆயுட்காலம் முழுதும் பேசிக்கொள்ளாமல் இருந்து மடிந்தார்கள் என்று சொல்லுவார்கள். ஆனால், ஜென்னிக்கும் பிரபாகரனுக்கும் அப்படி நேராது தடுக்க ஒரு தற்செயல் நிகழ்ச்சி நடந்தது.

அவர்கள் தங்கிப் படித்த சிற்றூருக்கு வந்து அமெரிக்காவின் முன்னணி எழுத்தாளர் இரு உரைகள் நிகழ்த்தினார். ஒன்று அந்தப் பல்கலைக் கழகத்திலேயே. இன்னொன்று பல்கலையைச் சாராதவர்களும் வரக்கூடிய பொதுக் கூட்டம். பல்கலையில் பிரபாகரன் ஜென்னியைப் பார்த்த போது பெரிய வியப்படைய வில்லை. ஆனால், இரண்டாவது கூட்டத்திற்கும் வந்திருந்தது வியப்பளித்தது. அவனைப் போல அவளுக்கும் ஒன்றிரண்டு வகுப்புகளை இழக்க நேர்ந்திருக்கும்.

கூட்டம் முடிந்து அவர்கள் வெளியே வந்தபோது, ஜென்னி பிரபாகரனைப் பார்த்து, “எனக்கு ஒரு சிறு உதவி புரிவீர்களா? என்னுடன் வர வேண்டும்” என்றாள். பிரபாகரன் அவளைப் பின் தொடர்ந்தான். அவள் எழுத்தாளரைச் சுற்றியிருந்த சிறு கூட்டத்தைப் பிரிந்து எழுத்தாளரிடம் ஒரு ஆட்டோகிராப் புத்தகத்தை நீட்டினாள். அவர் கையெழுத்துப் போட்டுக் கொடுத்தார். ஜென்னி பிரபாகரனை அவருக்குக் காட்டி, “இவர் இங்கு இலக்கியம் படிக்கிறார். என் தேசத்துக்காரர்” என்றாள்.

“உங்கள் தேசத்தில் ஆங்கிலத்தில்தான் அதிகப் புத்தகங்கள், பத்திரிகைகள்.”

“ஆமாம். அதே நேரத்தில் நாங்கள் உங்களைப் போன்றவர் களையும் படிக்கிறோம்.”

“அமெரிக்காவிலேயே என்னைப் படிப்பவர்கள் மிகவும் குறைவு.”

“இந்தியாவில் எங்கள் ஊரிலேயே நூறு பேரைப் பிடித்து விடலாம்.”

“உங்கள் ஊரில் எனக்கு அவ்வளவு வாசகர்களா? என்ன, இளைஞனே, உன் சிநேகிதி சொல்வது சரி என்கிறாயா?”

“அவள் படித்த கல்லூரியில் ஆங்கிலப் பிரிவு சற்று வலு வானது. நான் படித்த கல்லூரியில் ஒழுங்கான நூலகம் கூடக் கிடையாது.”

“நூலகங்களில் எனது புத்தகம் இருக்குமோ?”

“அமெரிக்கன் லைப்ரரியில் நிச்சயம் இருக்கும். அதில் நான் அங்கத்தினன் இல்லை.”

எழுத்தாளர் நகர்ந்துவிட்டார். “ஏதாவது சாப்பிடலாமா?” என்று பிரபாகரனை ஜென்னி கேட்டாள்.

"அவரவர் சாப்பிட்டதற்கு அவரவர் தர வேண்டும்."

"நானே அப்படித்தான் செய்வேன். பல்கலைக்கழக பஸ் டிரைவர் பணி இன்னும் இரு வாரங்கள் கழித்துத்தான் என் முறை வரும். அந்த இரு வாரங்கள் சற்றுத் தாராளமாக இருக்கலாம்."

"உனக்கு லைசன்ஸ் இருக்கிறது. எனக்குக் கிடைக்க நிறைய நாட்கள் ஆகும். கிளம்பும் முன் ஏதேதோ யோசனைகள் சொன்னார்கள், டிரைவிங் லைசன்ஸ் ஒன்று வாங்கிக்கொண்டு விடு என்று யாரும் சொல்லவில்லை."

பிரபாகரன் ஒரு பள்ளிக்கூட ஆசிரியர் மகனாகவே நடந்து கொண்டான். ஜென்னிக்கு அவன்மீது அதற்காகவே விசேஷ மரியாதை இருந்த மாதிரிதான் நடந்துகொண்டாள். அவனைச் சங்கடப்படுத்தவில்லை. இருவரும் முதுகலைப் பட்டம் பெறும் நேரத்தில் ஜென்னியாகவே பிரபாகரனைக் கேட்டாள்: "உங்கள் குடும்பத்தில் உங்களுக்காகப் பெண் பார்த்திருக்கிறார்களா?"

"நீ நினைக்கிறபடி நிலைமை இல்லை. இப்போது பெண்களுக்கும் நிறைய எதிர்பார்ப்புகள் உண்டு. அதெல்லாம் பூர்த்தி செய்கிறபடி நான் முனைவர் பட்டம் பெறுவதற்குள் எனக்குத் தலைவழுக்கை விழுந்துவிடும். அவளுக்குத் தலை மயிர் நரைத்துவிடும்."

"நாம் கல்யாணம் செய்து கொண்டாலென்ன?"

"சமரசங்கள் நிறையச் செய்ய வேண்டும்."

"ஒருவர் மேல் ஒருவர் அன்பும் மரியாதையும் கொண்டிருந்தால் அது சிரமமில்லை."

"சரி, என் வீட்டில் ஒத்துக்கொண்டு விடுவார்கள். உன் குடும்பத்தில் அது அவ்வளவு எளிதல்ல."

"நான் வீட்டின் செல்லப் பெண்."

"சரி, சொல்லிப் பார்."

ஜென்னிக்கு ஆச்சரியமாக இருந்தது. அவள் குடும்பத்தில் பிரபாகரன் வேறு மதம், சுத்த சைவம் என்பதுகூடப் பொருட்டில்லை. அவன் ஒரு பள்ளிக்கூட வாத்தியார் மகன். சரியான மிடில் கிளாஸ்.

ஜென்னி குடும்ப உறவை முறித்துக்கொண்டு வெளியே வந்து விடுவதாகச் சொன்னாள். பிரபாகரன்தான், “மூன்று வருடங்கள் காத்திருந்தோம். இருவரும் தீஸிஸ் முடித்துவிட்டு முடிவுசெய்யலாமே” என்றான்.

அந்த வருடங்கள் ஒருவரைப் பார்க்காமல் இன்னொருவர் இருக்க முடியவில்லை. இப்போது இருவரும் மாணவர் விடுதியை விட்டுத் தனித் தனியாக அப்பார்ட்மெண்ட்டில் இருந்தார்கள். காலை உணவு மட்டும் அவரவர்கள் அப்பார்ட்மெண்ட்டில் முடித்துக்கொண்டு பகல் உணவு பிரபாகரன் அப்பார்ட்மெண்டில் வைத்துக் கொண்டார்கள். பிரபாகரன் சுடச்சுடத் தோசை அல்லது சப்பாத்தி செய்துவிடுவான். ஒரு வாரத்திற்காக இரண்டு விதமான காய்களைச் சமைத்துக்கொண்டு அவ்வப்போது சுடவைத்துத் தருவான்.

இந்தியா வந்தார்கள். அவள் நகரம். வேலைக்கென்று போக வேண்டியதில்லை. அவளுடைய குடும்பத்தின் கையில் இருந்த பல பத்திரிகைகள், தொழிற்சாலைகள் எதற்கு வேண்டுமானாலும் சென்று உயர் பதவியில் அமரலாம். பிரபாகரன் அவனுடைய ஊருக்குச் சென்று பல கல்லூரிகளுக்கு விண்ணப்பம் அனுப்பினான். மொழி, இலக்கியம் என்று படித்தால் திரும்பத் திரும்ப வாத்தியார் வேலைதான். அதை மீறிக்கொண்டு போக மிகுந்த தைரியம் வேண்டும், நிஜமான முன்னேற்றம் காணச் சரியான நேரத்தில் சிறிது அதிர்ஷ்டமும் வேண்டும். சிறிது இருந்தது. ஜென்னி வசித்த நகரத்திலேயே உதவிப் பேராசிரியர் வேலை.

பிரபாகரனுக்குச் சிறிது வழுக்கை விழத் தொடங்கிய நாட்களில் ஜென்னியின் குடும்பத்தார் வேறு வழி தோன்றாது, சரி என்றார்கள். திருமணம் அவர்கள் மாளிகையில் ரிஜிஸ்ட்ரார் முன்பு.

திருமணநாள் காலை பிரபாகரனின் அப்பா அவனுக்குப் பூணூல் போட்டார். சிறுவயதிலேயே போட்டதுதான். அவன் அமெரிக்கா போனபோது எங்கோ தொலைந்துவிட்டது. கையெழுத்துக் கல்யாணம் காலை பத்து மணிக்கு. பகல் விருந்தைப் பிரபாகரனின் அப்பா ஓர் ஐந்து நட்சத்திர ஹோட்டலில் ஏற்பாடு செய்து சுமார் முன்னூறு அழைப் பிதழ்கள் அனுப்பினார். ஜென்னியின் உறவினர்களையும் அழைத்தார். எல்லோரும் வந்தார்கள். அவர்கள் ஒரு குழுவாக ஓர் ஓரத்தில் இருந்தார்கள். யாரிடமும் பேசவில்லை.

அவர்களிடம் பேசச் சென்ற சிலரிடமும் ஒரு சொல் இரு சொற்களோடு முடித்துக் கொண்டார்கள். விருந்து முடிந்த அடுத்த கணமே அவர்கள் அனைவரும் ஒரே கோஷ்டியாகக் கிளம்பினார்கள்.

இதெல்லாம் ஜென்னிக்கு வருத்தம் தருமே என்று பிரபாகரன் கவலைப்பட்டான். அன்பையும் மரியாதையையும் காட்டுவதைவிட வெறுப்பை எவ்வளவு அழுத்தமாகத் தெரிவிக்க முடிகிறது! செயல்களை மட்டும் அடுக்கினால், வழக்கமான விருந்து என்றுதான் எவரும் நினைப்பார்கள். ஆனால், செயல்களைச் செய்வதில் அவற்றுடன் இருக்கும் ஓர் எரிமலையைக் காட்ட முடியுமா?

பிரபாகரனுக்கு அவனுடைய பெற்றோரை நினைத்தும் துக்கமாக இருந்தது. எதற்காக இவ்வளவு பெரிய செலவில் விருந்து? அவனுக்கு வேண்டியவர்கள் அனைவருக்கும் சந்தேகமறப் பிரபாகரனையும் அவனுடைய பெற்றோர் களையும் ஜென்னி குடும்பத்தார் அவமதிப்பது தெரிந்திருக்கும். அவனுடைய அப்பாவுக்குப் பெரிய சம்பாத்தியம் இல்லை என்றாலும் அவரிடம் கல்வி கற்ற நூற்றுக்கணக்கான மாணவர்கள் இன்றும் அவரை 'சார், சார்' என்றுதான் குறிப்பிடுவார்கள். அவர்கள் ஊரிலேயே அவரைப் பார்த்துக் கும்பிடாதவர்கள் மிகச் சிலரே இருப்பார்கள். இதெல்லாம் ஜென்னிக்குத் தெரியும். ஆனால், அவளுடைய கோடீசுவர அப்பாவுக்குத் தெரியாது.

அன்று முழுக்கப் பிரபாகரன் ஒரு வார்த்தை பேசவில்லை. அம்மா கண்ணுக்கு மருந்துவிட ஜென்னியைக் கூப்பிட்டாள். ஜென்னிக்கு முதலில் அந்த மருந்தைக் கண்ணில் விடுவதா, காதில் விடுவதா என்று தெரியவில்லை. அம்மா ஒரு கண்ணை அகல விரித்துக் காத்துக் கொண்டிருந்தாள். மாமியாரும் மருமகளும் ஒருவரை ஒருவர் இவ்வளவு நெருக்கத்தில் பார்த்துக்கொள்ள ஒரே வாய்ப்பு.

பெற்றோர்கள் ஊருக்குப் போனவுடன் பிரபாகரனுக்கு மிகவும் பயமாக இருந்தது. அவனுக்கு ஜென்னியை மிகவும் பிடித்திருந்தாலும் இந்தத் திருமணத்தில் அவளுடைய உறுதியும் மனவலிமையும்தான் அதிகம் பங்கு வகித்தன. எங்கோ அயல் நாட்டில் இருவரும் அனாதைகளாய் சிக்கலில்லாமல் காலம் தள்ள முடிந்தது. இந்தியாவில் அவர்களுக்குரிய சூழலில் இப்படி யொரு இரும்பு மனம் கொண்டவளோடு அவனது பெற்றோர் இருவரும் மகிழ்ச்சியோடு வாழ முடியுமா?

பிரபாகரன் பயந்தபடி எந்தப் பிரச்சினையும் உடனே வரவில்லை. ஜென்னி நன்கு வாழ்ந்து பழக்கப்பட்டவளானதால் வீட்டுக்குத் தேவையும் பொருத்தமும் உள்ளதை வாங்கி வந்தாள். கார் வாங்கவும் அவள் திட்டமிட்டபோது, பிரபாகரன் அதைச் சற்று ஒத்திப் போடச் சொன்னான். அவன் இன்னமும் டிரைவிங் லைசன்ஸ் வாங்கவில்லை. "அதனாலென்ன, நான் ஓட்டுவேனே?" என்று ஜென்னி சொன்னாள். "கொஞ்சம் பொறு" என்று பிரபாகரன் சொன்னான்.

ஒரு வருடமாயிற்று. கணவன் மனைவியாக ஒரே ஒரு முறைதான் ஜென்னியுடைய பெற்றோர் வீட்டுக்குப் போனார்கள். ஆனால், அவனுடைய பெற்றோர் வீட்டுக்குப் போகும்போதெல்லாம் அவளையும் அழைத்துக்கொண்டுப் போனான். தெரிந்தவர்கள், உறவினர்கள் அனைவருக்கும் அறிமுகம் செய்து வைத்தான். அதெல்லாம் தவறோ என்று பிற்காலத்தில் சந்தேகம் வரக்கூடும் என்று நினைக்கவில்லை. அவனுடைய பெற்றோர், குடும்பத்தினர், ஊர்க்காரர் எல்லாருமே அவளுக்கு எடை போடக் கிடைத்தனர். அவன் வரையில் ஒரே ஒருமுறை அவள் வீட்டுக்குப் போக முடிந்தது. வரவேற்பறை தாண்டி எங்கும் செல்ல முடியவில்லை. மிகவும் புகழ்பெற்ற குடும்பம். இரண்டு தலைமுறையாக அவர்கள் மலையாள மொழி மற்றும் ஆங்கிலத்தில் பரவலான செல்வாக்குப் பெற்றவர்கள். நாட்டின் மிகச் சிறந்த எழுத்தாளர்கள் அவர்களுடைய பத்திரிகைகளுக்குச் சிறப்புக் கட்டுரை எழுதித் தருவார்கள். நடுத்தர வர்க்க மக்களே அவர்கள் வியாபாரக் கவனிப்பில் இருந்தார்கள். ஆனால், அவர்களின் ஒரு பிரதிநிதி அவர்கள் வீட்டு மருமகனாக வர முடியாது.

ஜென்னிக்குப் பிடித்திருந்தது என்று பிரபாகரன்தான் தினமும் சமையல் செய்தான். அவர்கள் வீட்டு வேலைக்கு அமர்த்தியிருந்த அம்மாள் ஞாயிறு வர மாட்டாள். அது தவிர மாதத்தில் குறைந்தது இரு நாட்களாவது வரமாட்டாள். அன்று பிரபாகரன்தான் பாத்திரம் துலக்க வேண்டும். ஜென்னிக்குப் பால் காய்ச்சக் கூடத் தெரியாது என்பதில் அவளுக்குப் பெருமை. அசைவமானதில் அமெரிக்காவில் அவளுக்கு உணவு பெரிய சங்கடம் தரவில்லை. அவளுக்குப் பிடித்த மீன் வகைகள், தேங்காய் எண்ணெய் கிடைக்காது. பிரபாகரனுக்குச் சமைத்துச் சாப்பிடுவதைத் தவிர வேறு வழியில்லை. மனைவிக்குச் சமைத்துப் போடுவதை அவனுடைய ஊர் நண்பர்கள் கேலிசெய்திருக்கிறார்கள். அம்மாவுக்கு நிச்சயம்

வருத்தம் இருக்கும். ஆனால், அவள் வாய்திறந்து ஒரு சொல் சொல்லவில்லை.

டிரைவிங் லைசன்ஸ் வாங்குவது தள்ளிப் போய்க் கொண்டேயிருந்தது. ஜென்னி அவள் வீட்டுக்குத் தனியாக அடிக்கடி போக ஆரம்பித்தாள். "நீ போவதை நான் தடுக்க வில்லை. ஆனால் முன்கூட்டியே தெரிவித்துவிட்டால் நான் திட்டமாகச் சமைக்கச் சரியாக இருக்கும்" என்று மட்டும் பிரபாகரன் சொன்னான்.

"இனிமேல் சனி, ஞாயிறு இரண்டு நாட்களுக்கு எனக்குச் சமைக்க வேண்டாம்."

"அந்த இரண்டு நாட்கள் தானே நாம் சேர்ந்து வீட்டில் இருக்கிறோம். அம்மா வேறு இந்த வாரம் வருவதாக எழுதி யிருக்கிறாள்."

"நான் அப்பா கம்பெனியிலேயே சேர்ந்து விட்டேன். எனக்குச் சனி, ஞாயிறு என்று கிடையாது."

அம்மாவுக்கு ஜென்னியைப் பார்க்க வேண்டும் என்று ஆசை. அவளுக்காகப் பிரபாகரன் அவளை அழைத்துக்கொண்டு ஜென்னியின் அப்பா வீட்டுக்குப் போனான்.

"ஒரு டெலிபோன் பண்ணிவிட்டு வந்திருக்கக் கூடாதா?" என்று ஜென்னியின் பாட்டி சொன்னாள். வீட்டில் மற்றவர்கள் எல்லோரும் கேரளாவில் இருந்த அவர்களுடைய எஸ்டேட் டுக்குப் போயிருந்தார்கள்.

ஊரிலிருந்து திரும்பி வந்த ஜென்னி, "என்னை ஏன் இப்படி அவமானப்படுத்துகிறாய்?" என்று கேட்டாள்.

"நான் என்ன செய்தேன்? அம்மா உன்னைப் பார்க்க வேண்டும் என்று சொன்னாள். நீ எஸ்டேட் போவது தெரியாது. என்னிடமும் சொல்லவில்லை."

"ஒவ்வொன்றையும் சொல்லிக்கொண்டிருக்க முடியாது."

"நீ உன் அப்பா – கம்பெனியில் சேர்ந்ததே எனக்குத் தெரியாது."

"இப்போது தெரிந்தாகிவிட்டது, போதுமா?"

பிரபாகரன் பேச்சை வளரவிடவில்லை. அவனுக்கு வியப்புத்தான் அதிகரித்தது. அமெரிக்காவில்தான் எவ்வளவு

உயிருக்குயிராக இருந்தாள்! இவளைக் கல்யாணம் செய்து கொண்டால் இந்தியாவுக்கு வரக்கூடாது போலிருக்கிறது.

மீண்டும் ஜென்னி எதை எதையோ ரிஃப்ரிஜிரேட்டரில் வைத்துவிட்டு அவள் அறையில் அவளுடைய துணிமணிகளைத் தாறுமாறாக இறைத்துவிட்டு மீண்டும் அவளுடைய அப்பா வீட்டுக்குப் போய்விட்டாள். திரும்பி வரப் பத்து நாட்கள் ஆகும்.

இரு நாட்கள் விடுப்பு எடுத்துக்கொண்டு பிரபாகரன் அவனுடைய தாய் தந்தையர் ஊருக்குச் சென்றான். அம்மாவைத் தனியாகப் பார்க்க முடிந்தபோது, "அம்மா, இந்தப் பொண்ணு சரிப்பட்டு வராதுன்னு ஏன் நீ சொல்லலே?" என்று கேட்டான்.

"எனக்குத் தோணித்து, ஆனா நீ கேட்டிருப்பாயா?"

பிரபாகரன் அவன் படித்த பள்ளிக்கூடம் இருந்த தெருவுக்குப் போனான். அன்று விடுமுறை. பள்ளிக்கூடம் நிசப்தமாக இருந்தது.

ஓம் சக்தி, ஜூலை 2010

தோஸ்த்

அவன் காரிலிருந்து இறங்கி நின்றபோது கார் மிகவும் சிறியதாகப் போன மாதிரி இருந்தது. அது அப்படி ஒன்றும் சிறிய கார் இல்லை. ரெய்னால்ட்ஸ் கார். ஆனால் அவன் தோற்றம் அவனுக்கருகில் இருப்பது அனைத்தையும் சிறியதாக்கிவிட்டது. அவன் நிச்சயம் ஆர்ட்ஸ் பிரிவு – அதாவது வரலாற்றுப் பிரிவு – மாணவன் தான்.

எங்கள் கல்லூரியில் இரண்டே பிரிவுகள். ஆர்ட்ஸ் என்று அழைக்கப்பட்ட வரலாற்றுப் பிரிவு, இன்னொன்று விஞ்ஞானப் பிரிவு. முதல் பிரிவில் அறுபது எழுபது பேர் கூட இருக்கக்கூடும். விஞ்ஞானத்தில் நாற்பத்திரண்டைத் தாண்ட முடியாது. விஞ்ஞானப் பிரிவுக்குப் பத்து மணி தொடங்கி மாலை நான்கு மணி வரை மணி தவறாமல் வகுப்புகள் இருந்தால் ஆர்ட்ஸ்காரர்களுக்கு வாரத்தில் நான்கு மணி நேரமாவது வகுப்பு இருக்காது. பொதுவாகவே ஆர்ட்ஸ் மாணவர்கள் கலகலவென்று சிரித்துப் பேசிக்கொண்டிருப்பார்கள். கல்லூரி விளையாட்டுக் கோஷ்டிகளில் அவர்கள் நிரம்பி வழிவார்கள். கல்லூரியின் பல்பிரிவு அசோஷியேஷன்களில் அவர்கள்தாம் வைஸ் பிரசிடெண்ட், செகரட்டரி என்றிருப்பார்கள் (எல்லா அசோசியேஷன்களுக்கும் பிரின்ஸ்பால்தான் பிரசிடெண்ட்). இதற்கு மாறாக விஞ்ஞானப் பிரிவு மாணவர்கள் அசோஷியேஷன்கள் பக்கமே போகமுடியாதபடி வகுப்புகள் இருக்கும். எப்போதும் புத்தகமும் கையுமாக இருக்க வேண்டும்.

இன்னொன்றும் கூற வேண்டும். ஆர்ட்ஸ் பிரிவில் உள்ளவர்களில் பெரும்பாலானோர் தளதளவென்று வளர்ந்தவர்களாகவே இருப்பார்கள். அவர்கள்

கல்லூரிக்கு வருவதே ஏதோ பொழுதுபோக்குக்கு வருவது போல இருக்கும். ஸயின்ஸ் பையன்கள் கறுத்து, வற்றலாக இருப்பார்கள். அவர்களைப் பார்த்தவுடனேயே அவர்கள் படித்துத் தலையெடுத்தால்தான் அவர்கள் வீட்டில் இருவேளை சாப்பாடு இருக்கும் என்று நினைக்கத் தோன்றும்.

ஆர்ட்ஸ், ஸயின்ஸ் இருவருக்கும் ஆங்கிலப் பாடம் பொதுவானது. தினம் முதல் வகுப்பு ஆங்கிலம்தான். அந்த ஒரு மணி நேரம் ஸாலர் ஜங்க் ஹாலில் இருந்த அவ்வளவு மேஜை நாற்காலியும் போதாது. லைப்ரரியிலிருந்து நான்கைந்து நாற்காலிகள் கொண்டுவர வேண்டியிருக்கும்.

முதல் இரண்டு மூன்று நாட்கள் யாருக்கும் நிலைப்பட வில்லை. ஆனால் சீக்கிரமே யார் யார் எங்கு உட்காருவது என்று ஏற்பாடாயிற்று. எனக்குக் கடைசி வரிசை. அந்த ரெய்னால்ட்ஸ் கார் பையன் எனக்குப் பக்கத்தில் அவன் தினமும் “மாஃப் அர்னா, தோஸ்த்” என்று சொல்லி என்னைச் சிறிது நகரச் சொல்லித்தான் உட்காருவான். அவன் என்னைத் தள்ளிய இடத்திலிருந்து நான் ஆசிரியர் கண்ணிலிருந்து தப்ப முடியாது. அவன் சுகமாகத் தூக்கம் கூடப் போடலாம். ஆனால் அவன் மாதிரி விழித்து இருப்பவர்களைப் பார்க்க முடியாது. அவனுடைய பெரிய கண்களுக்குச் சோடாபுட்டிக் கண்ணாடி.

ஆங்கில உரைநடை வகுப்புக்கு ஒரு புது ஆசிரியர். மாணிக்கம். கொஞ்சம் கட்டை குட்டையாக இருந்தார். ஆங்கிலப் பாடம் நடக்கும்போதுதான் ஜன்னல் வழியாகச் சாலையைப் பார்க்கலாம். இன்னொரு ஜன்னல் வழியாக யார் யார் ராஜையா கேன்டீனுக்குப் போகிறார்கள் என்று பார்க்கலாம். கேன்டீனைச் சுமாராகப் பத்து மணிக்கு மூடி மறுபடியும் பன்னிரண்டு மணிக்குத்தான் திறக்கலாம் என்று உத்தரவு. ஆனால் ஆசிரியர்கள் சிலர் அந்த வேளையில்தான் கேன்டீனுக்குப் போக முடியும்.

மாணிக்கம் ‘டேவிட் காப்பர்ஃபீல்ட்’ நடத்திக்கொண் டிருந்தார். திடீரென்று ‘ஹிப்போ!’ என்று ஒரு குரல் ஒலித்தது. மாணிக்கம் உரையை நிறுத்தினார். வகுப்பை நன்கு பார்த்தார். நூறு தலைகளுக்கும் மேலாக உள்ள கூட்டம். யார் குரல் கொடுத்தான் என்று கூறுவது?

ஒன்றுமே நடக்காதது போல மீண்டும் வகுப்பைத் தொடங்கினார். டேவிட் காப்பர்ஃபீல்ட் அவனுடைய மாற்றாந் தந்தையின் கொடுமை தாங்காமல் ஓடிப்போவதென்று தீர்மானித்துவிட்டான்.

'ஹிப்போ!'

இம்முறை மாணிக்கம் மேடையிலிருந்து இறங்கி வந்தார். நடுவில் பாதைவிட்டு இரு பக்கங்களிலும் வரிசையாக மாணவர்கள். ஒவ்வொரு வரிசையாகப் பார்த்து வந்தவர் எங்கள் வரிசை வந்தவுடன் நின்றார். அங்கே எங்கேயோயிருந்து தான் அந்தக் கத்தல்.

மாணிக்கம் ஒவ்வொருவர் முகமாகப் பார்த்தார். என்னை ஒருமுறைக்கு இருமுறை பார்த்தார். "கெட் அவுட் ஆஃப் தி கிளாஸ்" என்றார்.

அந்த நாளில் ஆசிரியருடன் வாதிடுவது, எதிர்ப்பேச்சு பேசுவது என்பதெல்லாம் கிடையாது. நான் ஹால் கதவருகில் நின்றுகொண்டேன்.

மாணிக்கத்துக்கு டேவிட் காப்பர்ஃபீல்டை அவர் கடைசி யாக எங்கு விட்டார் என்று மறந்துவிட்டது. அவன் மறுபடியும் சாராயக் கடைக்குப் போய்விட்டான்.

இரண்டு மூன்று நிமிடங்கள்தான் ஆகியிருக்கும். மறுபடியும் 'ஹிப்போ' என்று கேட்டது. இம்முறை வகுப்பே குப்பென்று சிரித்துவிட்டது.

மாணிக்கம் மேஜைமீது குத்தினார். "ஆல் ஆஃப் யூ, கெட் அவுட் ஆஃப் தி கிளாஸ்!" என்று கத்தினார்.

எனக்கு ஹிப்போ என்றால் என்னவென்று தெரியவில்லை, வாயை அதிகம் திறக்காமல் கத்தக்கூடிய சொல் என்பதைத் தவிர வேறெதுவும் தோன்றவில்லை. மாணிக்கம் பிரின்ஸ்பா லிடம் புகார் செய்து பிரின்ஸ்பாலே வகுப்புக்கு வந்து கடுமை யாக எச்சரித்தார். "எனக்கு யார் இந்த விஷமத்தனம் செய்வான் என்று தெரியும்" என்றார். அப்படிச் சொல்லும்போதே அவருக்கு ஒன்றும் தெரியாது என்று தெரிந்தது. நூறு மாணவர்களுக்கு மேல், அவ்வளவு பேர் முகமும் அப்போது பால் வடிந்தது. என்னிடம் வந்து "இப்போது கத்து" என்றார்.

நான் என்ன கத்துவது என்று தெரியாமல் நின்றேன்.

"உன் பெயர் என்ன?"

நான் சொன்னேன். இந்தக் குரலை வைத்துக்கொண்டு யாரையும் கேலி செய்ய முடியாது என்று அவருக்குத் தோன்றி விட்டது. இருந்தாலும், "மறுபடியும் புகார் வந்தால் உன்னை டிஸ்மிஸ் செய்து விடுவேன்" என்று சொன்னார்.

அந்த நாளில் அந்தப் பிரதேசத்தில் ஒரு நாட்டு டானிக் பிரபலமாக இருந்தது. அதன் விளம்பரத்தை மேலோட்டமாகப்

பார்த்திருக்கிறேன். பெயர், ஜிந்தாதலி இஸ்மாத். விளம்பரங் களிலும் மருந்து லேபிளிலும் ஒரு வட்டம் போட்டு அதில் ஆப்ரிக்கக் கறுப்பர் ஒருவர் படம் இருக்கும். அந்த மனிதருக்கு அடியில் 'ஹிப்போ' என்றிருந்தது. நீர்யானையின் சுருக்கம் என்றும் வைத்துக்கொள்ளலாம். நாங்கள் முதலில் அப்படித் தான் நினைத்துக் கொண்டிருந்தோம். இதெல்லாம் பின்புதான் எனக்குத் தெரிந்தது.

பிரின்ஸ்பால் என்னை மிரட்டிவிட்டுப் போனபிறகு நான் தனியாக இருந்தபோது அந்த ரெய்னால்ட்ஸ் கார் மாணவன் வந்தான். "ஸாரி, தோஸ்த்!" என்றான்.

"எதற்கு?" என்று நான் கேட்டேன்.

அவன் அங்குமிங்கும் பார்த்தான். "பிராமிஸ் பண்ணு" என்றான்.

"எதற்கு?"

"பிராமிஸ் பண்ணு."

"சரி, பிராமிஸ்."

மறுபடியும் அவன் அங்குமிங்கும் பார்த்தான். பிறகு, "நான்தான் ஹிப்போ என்று கத்தினேன்" என்றான்.

அவன் உயரம், உடல் ஆகிருதி, செக்கச் செவேலென்ற சருமம், சோடாபுட்டிக் கண்ணாடி, மிக உயர்ந்த துணியில் அற்புதமாகத் தைத்த ஷேர்வாணி – அவன் முன்னால் நான் தான் ஏதோ கெஞ்சுவது போல இருக்க வேண்டும்.

நான் அவனைப் பார்த்துப் புன்முறுவல் செய்தேன். உண்மையில் எனக்கு அவனைப் பார்க்க வியப்பாக இருந்தது. ஒன்றுமே தெரியாதவன் போன்ற தோற்றம் கொண்ட இவனிடம் இவ்வளவு விஷமம்.

மாணிக்கம் எங்களுக்குச் சொல்லித்தரமாட்டேன் என்று பிரின்ஸ்பாலிடம் சொன்னாலும் மீண்டும் அவர்தான் வகுப்பு எடுக்க வேண்டியிருந்தது. எங்கள் கல்லூரிக்கு இரண்டே இரண்டு ஆங்கில ஆசிரியர்கள். வேலையை விட்டால் உடனே வேறு வேலை கிடைக்கும் என்று சொல்ல முடியாது.

இப்போது ஆளாளுக்கு ஹிப்போ என்றார்கள். மாணிக்கத் தின் பெயரே கல்லூரி வரை ஹிப்போ ஆகிவிட்டது. ஆனால் வகுப்பில் முதலில் ஹிப்போ என்று யார் கத்தியது என்று இரண்டே பேருக்குத்தான் தெரியும்.

கல்லூரி வகுப்புகள் நிலைப்பட்டு ஒழுங்காகப் பாடங்கள் நடத்திவந்த நாட்களில் இந்தியச் சுதந்திரம் வந்தது. ஆனால் எங்கள் பிரதேசத்தில் இல்லை. ஊர் நிலவரத்தை அந்த முஸ்லிம் ராஜா முறையாக அறிந்துகொள்ள முடியாதபடி சுற்றியிருந்தவர்கள் குழப்பினார்கள். அதன் விளைவு, இந்து முஸ்லிம் கலவரங்கள். குடும்பம் குடும்பமாக வெளியேறின. பதிலுக்குக் குடும்பம் குடும்பமாக உள்ளே வந்தன. வந்தவர்கள் நடைபாதைகளிலும் மைதானங்களிலும் குடிசை போட்டுக் கொண்டார்கள்.

எங்கள் கல்லூரி மாணவர்களில் சிலர் ராஜா இந்தியாவுடன், சேர வேண்டும் என்று வற்புறுத்த ஒரு பேரணிக்கு நேரம் குறித்தார்கள். ஐம்பது பேர் சேர்ந்திருப்பார்கள். நானும் ஒரு கொடியைப் பிடித்துக் கொண்டேன். எதிரில் அந்த ரெய்னால்ட்ஸ் கார் பையன் வந்தான். என்ன அற்புதமான ஷேர்வாணி. உயர்ந்த துணியில் நல்ல முறையில் தைத்து அதை ஆஜானுபாகுவாக உள்ளவன் அணிந்தால் அந்த இடமே அழகாகிவிடுகிறது. "கியா தோஸ்த், தும் பீ ஜாரய்?" என்று கேட்டான்.

"ஆமாம்" என்றேன்.

அவன் அதற்கு மேல் ஒன்றும் சொல்லாமல் கல்லூரிக்குள் போய்விட்டான்.

எங்கள் ஊர்வலம் அரை மைலுக்குப் பிறகு நின்றுவிட்டது. நாலாபுறமும் போலீஸ்காரர்கள் சூழ்ந்துகொண்டார்கள். அப்போது குதிரைமீது ஒரு போலீஸ் அதிகாரி வந்தார். எனக்குப் பார்த்த முகமாக இருந்தது. அங்கிருந்த இன்ஸ்பெக்டர்களிடம் ஏதோ சொல்லிவிட்டு அருகிலிருந்த ஒரு நவாபு மாளிகைக்குப் போய்விட்டார். எங்களைக் கீழே உட்காரச் சொன்னார்கள்.

அன்று நல்ல வெயில். தார்ச் சாலையில் இரண்டு மணி நேரம் உட்காரவைத்துவிட்டு, "போங்கள் வீட்டுக்கு" என்று போலீஸ்காரர்கள் சொன்னார்கள். இடையில் ஒருவரையும் அவர்கள் நிற்கக்கூட விடவில்லை.

ஷேர்வாணிப் பையன், "என்ன தோஸ்த், எப்படி சத்யாகிரகா?" என்று கேட்டான்.

"ரொம்ப ஹிப்போ!" என்றேன்.

அவன் சிரித்தான். அன்றும் அவன் ஷேர்வாணி மிகவும் நேர்த்தியாக இருந்தது. அந்தத் துணி மிக உயர்ந்த ட்வீட் துணியாக இருக்க வேண்டும்.

ஒருவாரம் பொறுத்து அனைத்துப் பள்ளி, கல்லூரிகள் மாணவர்களுமாக ஊர்வலம் என்று அறிவிப்பு. அது எங்கேயோ கிளம்பி எங்கள் கல்லூரி வழியாக வந்து எங்கள் ராஜா இருந்த அரண்மனை முன் கோஷம் போட்டுக் கலைய வேண்டும்.

நான் சைக்கிளை சைக்கிள் ஸ்டாண்டில் வைத்துப் பூட்டி விட்டுக் கல்லூரி கேட்டருகே வந்தேன். அப்போது ரெய்னால்ட்ஸ் கார் வந்தது. தினம் உள்ளே போய் இறங்குபவன் அங்கேயே இறங்கினான். "தோஸ்த், இன்றைக்குக் கூடப் போகிறாயா?"

"ஆமாம்"

"வேண்டாம், தோஸ்த்."

அவன் சொன்னது, "ஆஜ் மத் ஜா தோஸ்த். மார் காயேகா."

இன்று வேண்டாம், அடி வாங்குவாய் என்று சொல்லி விட்டு உள்ளே போய்விட்டான். அரை மணி நேரத்தில் பல குரலில் பல சுருதியில் கோஷம் எழுப்பிய வண்ணம் ஊர்வலம் வந்தது. நாங்கள் இருபது பேர் சேர்ந்துகொண்டு எங்களுக்குத் தெரிந்த கோஷங்களை எழுப்பினோம்.

மூன்று நான்கு சாலைகள் சந்தித்து விசாலமாக இருந்த இடம் வந்தவுடன் ஊர்வலம், கோஷம் எல்லாம் நின்றது. எங்களை நான்கு புறங்களிலும் குதிரைகள் சூழ்ந்துகொண்டன. அவற்றின் மீது இருந்த போலீஸ்காரர்கள் கையில் கெட்டியான, நீளமான மூங்கில் தடி.

ஊர்வலக்காரர்கள் உட்காரத் தொடங்கினார்கள். "நோ, நோ, நோ" என்று கத்தியபடி போலீஸ் அதிகாரி வந்தார். குதிரை மீதிருந்தபடியே, "ஐந்து நிமிஷம், அதற்குள் வீட்டுக்குப் போங்கள். ஐந்தே நிமிஷம்."

ஓரிருவர் போகத் தொடங்கினார்கள். ஆனால் ஊர்வலத் தலைவர்கள், "உட்காருங்கடா, பொட்டைப் பயல்களா!" என்றார்கள்.

குதிரைகள் கனைப்புத் தவிர வேறு சப்தம் இல்லை. அந்த அதிகாரியின் முகம் எனக்கு மிகவும் பரிச்சயமானதாகத் தெரிந்தது. என்ன உயரம், என்ன அகலமான தோள்கள்!

"சார்ஜ்!"

இருபது போலீஸ்காரர்கள் குதிரையில் இருந்தபடி ஊர்வலத்தை அடித்து நொறுக்கத் தொடங்கினார்கள். எடுத்த எடுப்பிலேயே ஐந்தாறு பேர் தலையில் ரத்தம் வழியக் கீழே சாய்ந்தார்கள்.

ஊர்வலத்தில் இருந்தவர்கள் கிடைத்த சந்து பொந்துகளி லெல்லாம் ஓடிப்போக முயன்றார்கள். அவர்களையும் குதிரைப் போலீஸ் துரத்திப் போய் அடித்தது.

எனக்கும் எடுத்த எடுப்பிலேயே தோளில் அடி. நான் அதுவரை சிறிதும் அறியாத சந்துகளிலும் பாதைகளிலும் ஓடினேன். ஒரு திருப்பத்தில் திடீரென்று ஒரு கை என்னைப் பிடித்து இழுத்தது. என்னை உள்ளே இழுத்தவுடன் அந்த ஆள் கதவைச் சாத்தினான்.

எங்கள் ஊரில் அந்த மாதிரி வீடுகள்தான் அதிகம். பத்தடிக்குப் பதினைந்தடி இருக்கும். கதவைத் திறந்தால் சிறிது திறந்தவெளி. அப்புறம் ஓர் அறை. அந்த அலுமினியப் பாத் திரங்கள், சாக்குத்துணி எல்லாம் பார்த்தால் உடனே தெரிந்து விடும் அது முஸ்லிம் வீடு என்று. பகலில் ஆண் வீட்டில் இருந்தால் அந்த மனிதன் பூ வியாபாரம் செய்பவராக இருக்கும்.

வெளியே குதிரை ஓடுவது கேட்டது. சிறிது நேரத்திற்கு அது திரும்பிப் போவதும் கேட்டது. எல்லாம் நிசப்த மானவுடன் அந்த ஆள் கதவைத் திறந்து, "ஜாவ்" என்றான்.

என்னால் நடக்க முடியவில்லை. எங்கேயோ ரத்தக் காயம். ரத்தம் தோளிலிருந்து மெதுவாக வழிந்து முழங்கா லருகே இருந்தது.

என் சைக்கிளை எடுக்க முடியவில்லை. முதலில் கல்லூரி கேட் பூட்டியிருந்தது. நான் சுவரேறிக் குதித்துப் போனால் சைக்கிள்களைக் காவல் காப்பவன், "நாலு மணிக்கு வா" என்றான்.

"எனக்கு உடல்நிலை சரியில்லை. சுரம்" என்றேன். நிஜமாகவே சுரம் வந்திருந்தது.

"எப்படிப் போவே?"

"சைக்கிளை காம்பவுண்ட் வெளியே போட்டு விடேன்."

அவன் கை நீட்டினான். என்னிடம் பணம் இல்லை. என் பேனாவை நீட்டினேன். அதை வாங்கிக் கொண்டான். என் சைக்கிளை இரு கைகளாலும் தூக்கி வெளி நடைபாதையில் போட்டான்.

இதெல்லாமே நொடிப்பொழுதில். உள்ளே வகுப்புகள் நடந்துகொண்டிருக்கும். நான் சைக்கிளைத் தள்ளிக்கொண்டு சிறிது நடந்தேன். பிறகு ஏறி மெதுவாக மிதித்தபடி வீட்டுக்குப் போனேன்.

அன்று அந்த நாலு சாலைச் சந்திப்பில் ரத்தக்களரி. இருபதுக்கும் மேல் மண்டையுடைந்திருந்தது. ஐந்தாறு கைகால் எலும்புமுறிவு. காயங்கள். ஆஸ்பத்திரி.

நான் நான்கு நாட்கள் கழித்துக் கல்லூரிக்குப் போனேன். மாணிக்கம் கிளாஸ். "மாஃப் பர்னா, தோஸ்த்" என்று சொல்லி அந்த ரெய்னால்ட்ஸ் கார் பையன் உட்கார்ந்தான். பளபள வெனும் ஷேர்வாணி.

"நான்தான் சொன்னேனே அடி வாங்குவேன்னு. நீ ஏன் போனே தோஸ்த்? ஊர்வலம் போனா எல்லாம் ஆயிடுமா?"

எனக்குப் பதில் சொல்லத் தோன்றவில்லை. அவனை உற்று நோக்கியபடியே இருந்தேன்.

"என்ன பார்க்கிறே தோஸ்த்?"

"நீ அந்தக் குதிரைப் போலீஸ் அதிகாரி மாதிரியே இருக்கே"

"சூப்ரெண்டன்ட் ஆஃப் போலீஸ்."

"எனக்குத் தெரியாது, அந்த ஆள் தான் எல்லாரையும் அடிக்கச் சொன்னான்."

"நான்தான் சொன்னேனே! தோஸ்த்? நீ அந்த இரண்டாவது ஊர்வலத்துக்குப் போனா அடி வாங்குவேன்னு."

"உனக்கெப்படித் தெரியும்?"

"முதல் நாள் வார்ன் பண்ணினாங்க, இல்லையா?"

"எனக்குத் தெரியாது."

"இரண்டாவது ஊர்வலத்திலே லத்தி சார்ஜ் பண்ணற துன்னு அன்னிக்கே முடிவு பண்ணிட்டாங்க."

"உனக்கெப்படித் தெரியும்?"

"தோஸ்த், அந்த எஸ்.பி.தான் என் அப்பா."

அப்போது மாணிக்கம் எங்கள் இருவரையும் பார்த்து "போத் ஆஃப் யூ, கெட் அவுட் ஆஃப் தி கிளாஸ்" என்று கத்தினார்.

உயிர்மை, ஆகஸ்ட் 2010

நாய்க்கடி

சுப்பிரமணியனை நாய் கடித்துவிட்டது. சுப்பிரமணியனுடைய அப்பாவுக்கு இரண்டாண்டுகள் அல்லது மூன்றாண்டுகளுக்கு ஒருமுறை ஊர் மாற்றி விடுவார்கள். அன்று சிறிய ரயில் என்று அறியப்பட்ட மீட்டர் கேஜ் ஸ்டேஷன்களில் அவருக்கு வேலை. குழந்தைகளைப் பள்ளியில் சேர்த்த பிறகு இப்படி மாற்றம் ஏற்படுவதில் மாமா இரு இடங்களில் குடித் தனம் வைக்க வேண்டியிருந்தது, ஓரிடத்தில் மனைவி, குழந்தைகள் இருப்பார்கள். அவர் வாரம் ஒருமுறை அவர்களை வந்து பார்த்துப் போவார்.

சுப்பிரமணியனால் மூன்றிடங்கள். அவனை யாரோ சொல்லிப் பொலாரம் பள்ளியில் சேர்த்துவிட்டார்கள். அது ரயில் நிர்வாகமே நடத்துவதால், பள்ளிச் சம்பளம் கிடையாது. ஆனால், தங்க விட்டிருந்த வீட்டிற்கு மாதம் பதினைந்து ரூபாய் அனுப்பிவிட வேண்டும். அன்று சாப்பாடு ஓட்டல்களில் மாதச் சீட்டு வாங்கினான். இரு வேளைச் சாப்பாட்டுக்கு இருபத்தைந்து ரூபாய். நண்பர் வீட்டில் சுப்பிரமணியன் பாதுகாப்பாக இருந்து படிக்கலாம்.

எல்லாச் சிற்றூர்களையும் போல் பொலாரத்திலும் நிறையத் தெரு நாய்கள். வீட்டினுள் நுழைந்த நாயைச் சுப்பிரமணியன் தலையைத் தடவப் பார்த்திருக்கிறான். அது முழங்கைக்குக் கீழே கடித்துவிட்டது.

இரண்டு பற்கள் இறங்கிவிட்டன. ரத்தம்கூட வந்து விட்டது. வீட்டில் யாரும் இல்லை. சுப்பிரமணியன் பக்கத்து வீட்டில் போய்ச் சொல்லியிருக்கிறான். அந்த வீட்டில் நைட்ரிக் அமிலம் இருந்திருக்கிறது. அந்த வீட்டுப்

பெரியவர் அதைக் கடித்த இடத்தில் பூசி இருக்கிறார். சுப்பிரமணியன் வலி தாங்காமல் மூர்ச்சையாகி இருக்கிறான். அவனுடைய அப்பா அவனை எங்கள் வீட்டுக்கு அழைத்து வந்தார். நாங்கள் இருந்த ஊரில்தான் நாய்க்கடிக்கு ஊசி போடும் மருத்துவமனை இருந்தது.

சுப்பிரமணியன் கைக்கட்டைப் பார்த்தாலே பயமாக இருக்கும். அதை அவன் வீட்டில் திறந்து காட்டியதில்லை.

ஒரு நாள் விடுப்பு எடுத்துக்கொண்டு என் அப்பா அந்த மருத்துவமனை எங்கிருக்கிறது? யார் ஊசி போடுவார்? என்ன செலவாகும்? என்றெல்லாம் விசாரித்து வந்தார். எல்லாரும் கடித்த நாயைப் பற்றி விசாரித்தார்கள். அது தெரு நாய். யாருக்கும் உறுதியாகக் கூற முடியவில்லை.

அந்த மருத்துவமனை எங்கள் வீட்டிலிருந்து குறைந்தது நான்கைந்து மைல்கள் தள்ளியிருந்தது. அந்த வைத்தியர் பகல் ஒரு மணிக்குத்தான் ஊசி போட முடியும் என்றார். அது வெயில் காலம். நடந்துபோவது என்பது முடியாத காரியம். மேலும் சுப்பிரமணியனுடன் என் அம்மாவோ, நானோ அல்லது வேறு யாராவது உறவினரோ துணைக்குப் போக வேண்டும். அப்பா பதினான்கு நாட்களுக்கு டாங்கா ஏற்பாடு செய்யப் போனார். 'டாங்கா' என்பது வடஇந்தியக் 'குதிரை வண்டி'. அதில் இருவர் காலை மடித்துக்கொண்டு உட்கார்ந்தாலும் இருவர் காலைத் தொங்கப் போட்டுக் கொள்ளலாம்.

எங்கள் ஊரில் மொத்தம் இருபது, முப்பது டாங்காக்கள் இருக்கும். ஆனால் ஒரு டாங்காக்காரரும் வீட்டில் வந்து காத்திருக்க மாட்டேன் என்று கூறிவிட்டார்கள். அப்பா முகம்மது உஸ்மானிடம் போனார். அதாவது முகம்மது உஸ்மான் கடை.

அந்தக் கடை முகம்மது உஸ்மான் கடை என்றாலும் அதை நடத்தியவர் உஸ்மானின் மகன் கௌஸ் முகம்மது. செக்கச் செவேலென்றிருப்பார். அதே நேரத்தில் நோயாளி போலவும் இருப்பார்.

என் அப்பா நிஜாம் ரயில்வேயில் ஜெனரல் மானேஜர் அலுவலகத்தில் வேலை பார்த்தார். ரயில்வேயாக எங்கள் ஊரில் படுக்கைகளுடன் கூடிய மருத்துவமனையும் இன்னோர் இடத்தில் உடல்நிலை பார்த்து மருந்து தரும் டிஸ்பென்ஸரியும் நடத்தியது. மருத்துவமனைக்குப் பால் கொண்டு வந்து தருபவர்களில் கௌஸ் முகம்மதும் ஒருவர்.

கௌஸ் முகம்மது வீடும் எங்கோ தூரத்தில் ஏகப்பட்ட மரம் செடி, கொடிகள் நடுவில் இருக்கும். நானும் அப்பாவும் இரண்டு மூன்று முறை அவர் வீட்டுக்குப் போயிருக்கிறோம். கௌஸ் முகம்மது அவருடைய கடைக்கு வந்து போவதற்குச் சொந்தமாக ஒரு டாங்கா வைத்திருந்தார். கடை ஸ்டேஷன் ரோடில். டாங்கா வண்டியிலும் அவருக்குக் குறைந்தது முக்கால் மணி நேரம் ஆகும்.

அப்பா விஷயத்தைச் சொல்லிக் கௌஸ் முகம்மதுவிட மிருந்து டாங்கா கேட்டார். கௌஸ் முகம்மது சிறிது யோசித்தார். “காலையில் சரி, எனக்கு மத்தியானம் மூன்று மணிக்கு வண்டி வேண்டுமே?” அப்பா சொன்னார், “டாங்காக்காரருக்கு ஒய்ச்சல் ஒழிவு இருக்காது.”

அந்த மனிதன் பெயர் சலீம் என்று நினைக்கிறேன். சலீமுக்கு நாங்கள் பகல் உணவு தந்து விடுவதாக ஏற்பாடு.

இதைக் கேட்டவுடனேயே சலீம் மறுத்துவிட்டான். காரணம் சொல்லவில்லை.

சலீம் சரியாகப் பதினோரு மணிக்கு வந்து விடுவான். முதல் நாள் அப்பாவும் வந்தார். நாங்கள் எங்கு போக வேண்டும், எங்கு கையெழுத்து வாங்க வேண்டும், எங்கு ஊசி போட்டுக்கொள்ள வேண்டும், எங்கு கைக்குக் கட்டுக் கட்டிக்கொள்ள வேண்டும் என்றெல்லாம் காண்பித்தார். சுப்பிரமணியனுடன் நானும் வீட்டில் பெரியவர்கள் யாரிருந்தாலும் ஒருவரும் போவதாக ஏற்பாடு ஆயிற்று.

நான்தான் தினமும் போனேன். சில நாட்களில் பெரியவர்கள் யாரும் வர இயலாத சூழ்நிலை இருக்கும். சுப்பிரமணியனுக்கு ஊசியை வயிற்றில் போடுவார்கள். வலி தாங்க முடியாத அவன் அழுவான். கை அல்லது தொடையில் போட்டால் இன்னமும் வலிக்கும் என்று அந்த டாக்டர் சொன்னார். அதன்பிறகு அவன் கைக்குக் கட்டுப் போட வேண்டும். அப்போதும் அவனுக்கு அசாத்தியமாக வலிக்கும். அவன் முன்கை முழுதுமே அமிலம் பட்டுக் கொதகொதவென்று இருந்தது. அப்போது பிளாஸ்டிக் சிகிச்சை அவ்வளவு முன்னேற வில்லை. சுப்பிரமணியனுக்குக் கையில் சதை மூடி வரும்வரை கட்டுப் போட்டுக் கொண்டிருக்க வேண்டும்.

அந்தக் கையுடனும் சுப்பிரமணியன் நிறைய விஷமம் செய்வான். உத்திரத்திலிருந்து தடிக்கயிறைப் போட்டு ‘டார்ஜான்’ என்று ஊஞ்சலாடுவான். சைக்கிளை இரு கைகளையும் விட்டுவிட்டு ஓட்டுவான். ஆனால், காலை

உணவு சாப்பிட்டவுடனேயே அவன் முகம் கருமை படிந்து விடும். அவன் அனுபவிக்கப் போகும் வலி அப்போதிலிருந்தே தொடங்கிவிடும்.

பதினோரு மணிக்குக் கிளம்பிப் பன்னிரண்டு மணியளவுக்கு நாங்கள் ஆஸ்பத்திரியை அடைந்து விடுவோம். அதுவும் நிறைய மரங்களுடைய இடம். சலீம் வண்டியை நிழலில் நிறுத்திவிட்டுக் குழாயில் கை, கால் கழுவிக்கொண்டு மண்டியிட்டு உட்கார்ந்து விடுவான். மௌனமாக அவன் தொழுகையை முடித்துவிட்டு அவன் கொண்டுவந்திருக்கும் பகல் உணவுப் பையை எடுப்பான். என்றைக்கோ ஒரு நாள் தான் அவன் ஒரு சிறு எலும்புத் துண்டைத் தூர எறிந்தான்.

எனக்கு அந்த ஆஸ்பத்திரிக்குள் போவதற்கே தயக்கமாகத் தான் இருக்கும். அன்று பல அரசு அல்லது பொதுக் கட்டடங்களுக்கு மின்சார வசதி கிடையாது. அதனால் அந்த ஆஸ்பத்திரியில் மின்விளக்கும் கிடையாது, விசிறியும் கிடையாது. ஈ விரட்டத் தடிமனான அட்டை வைத்திருப்பார்கள். எங்கள் புறநோயாளிச் சீட்டில் தேதி போட்டுக் கையெழுத்திடும் இடம் இருட்டாகத்தான் இருக்கும்.

சுப்பிரமணியன் கையைப் பார்க்க எனக்குப் பயமாக இருக்கும். ஒரு நாள் நான் கத்திவிட, அன்றிலிருந்து நான் கட்டுக் கட்டும் இடத்திற்குப் போகக் கூடாது என்று கூறி விட்டார்கள். நாங்கள் திரும்பி வரும்போது ஐந்து மைல் ஐம்பது மைல் போலிருக்கும். சுப்பிரமணியன் டாங்காவிலேயே தூங்கிவிடுவான். என் அம்மா அல்லது வேறு யார் பெரியவர் வந்தாலும் அவர்களும் தூங்கிவிடுவார்கள். நான் ஒருவன் தான் விழித்திருப்பேன்.

அன்று எங்கள் ஊரில் நிறையப் போக்குவரத்து இருக்காது. ரயில்வே ஸ்டேஷன்கள் அருகிலும் ஆஸ்பத்திரி அருகிலும் தெருவில் சில சைக்கிள்களும் நடந்து போகிறவர்களும் இருப்பார்கள். எனக்கு சலீம் கூடத் தூங்குவது போலிருக்கும். குதிரையும் ஒருவேளை தூங்கிக்கொண்டே எங்களை இழுத்துப் போகிறதோ என்றும் தோன்றும். குதிரைக்குக் கண் பட்டை போட்டிருந்தாலும் அது அசாத்திய நினைவாற்றலும் வண்டி ஓட்டுபவனின் மனப்போக்கை அறியும் கூர்மையும் கொண்டது. அதை அடிக்காமல் இருந்தால் அதன் பணியை மிக நேர்த்தியாகச் செய்துவிடும்.

சுப்பிரமணியன் கை மீது ஏதும் படாமல் அவன் படுத்துக் கொள்ள வேண்டும் என்று நான் முன்னே சலீம் பக்கத்தில் உட்கார்ந்துகொள்வேன். குதிரை உடல் ஒட்டிப் போய்த்தான்

இருக்கும். கௌஸ் முகம்மது தோட்ட வீட்டில் அதற்குத் தீனிக்கு என்ன குறைவு இருக்கக் கூடும்? ஆஸ்பத்திரியில் சலீம் குதிரையின் கடிவாளத்தை எடுத்துவிட்டுக் கொள்ளுப் பையை அதன் முகத்தில் கட்டிவிடுவான். பத்து நிமிடங்களில் எடுத்துவிடுவான். குதிரை ஒரு எதிர்ப்பும் காட்டாது.

ஏதோ நிரந்தரம் போல நாங்கள் ஆஸ்பத்திரிக்குப் போவதும், வருவதுமாக இருந்தது. ஒரு நாள் மழை. வண்டி பதினோரு மணிக்கு வரவில்லை. பன்னிரண்டு மணிக்கும் வரவில்லை. நான் குடைபிடித்துக்கொண்டு மனோகர் டாக்கீஸ் அருகிலிருந்து ஒரு வண்டி பிடித்து வந்தேன். அவன் இரண்டு ரூபாய் கேட்டான். அதை ஒன்றரையாகச் செய்து நாங்கள் அவசரம் அவசரமாக ஆஸ்பத்திரிக்குப் போனோம். ஆனால், எல்லாம் உடனுக்குடன் நடந்துவிட்டது. இரண்டு மணிக்கு நாங்கள் வீட்டைத் திரும்ப அடைந்த போது மூவரும் விழித்திருந்தோம்.

அன்று மாலை அப்பா அலுவலகத்திலிருந்து திரும்பிய வுடன் விஷயத்தைச் சொன்னோம். "ஏன் உடனே ஆபீஸுக்கு வந்து எனக்குச் சொல்லவில்லை?" என்று அப்பா கேட்டார்.

"நான் முன்னே இரண்டு மூணு தரம் வந்தப்போ நீ சீட்லே இல்லே."

"நான் துரைகிட்டே போயிருப்பேன்."

நான் மேற்கொண்டு பேசவில்லை. கௌஸ் முகம்மது, சலீம், குதிரை மூவருக்கும் நாய்க்கடி ஆஸ்பத்திரிக்குப் போவது அலுத்துப் போயிருக்கலாம். அப்பா மீண்டும் முகம்மது உஸ்மான் கடைக்குப் போகவில்லை.

சுப்பிரமணியனுக்குப் பதினான்கு ஊசியும் முடிந்ததும் அவன் திரும்பப் பொலாரம் போவதாக ஏற்பாடாயிற்று. அவன் கைப்புண்ணுக்கு மட்டும் அங்கேயே கட்டுப்போட்டுக் கொள்ள வேண்டும்.

எங்களை விட்டுப் பிரிவது சுப்பிரமணியனுக்கு மிகவும் துக்கம் தருவதாக இருந்தது. அவனுடைய அப்பா சலீமுக்காக வாவது பத்து ரூபாய் தர வேண்டுமென்று விரும்பினார். அவருக்கு சலீமையும் தெரியாது, முகம்மது உஸ்மானின் கடையையும் தெரியாது. கடையைத் தேடிக் கண்டுபிடித்து விடலாம். ஆனால், அங்கே யாருக்கும் அவரைத் தெரியாது.

எனக்கு வருத்தமாக இருந்தது. மாமாவை அழைத்துப் போகும் சாக்கில் சலீமைப் பார்க்கலாம். அந்தக் குதிரையைப் பார்க்கலாம். ஆனால், அப்பா வாயே திறக்கவில்லை.

ஒரு வாரம் கழித்து மாமா ஒரு போஸ்ட்கார்டு போட்டிருந்தார். சுப்பிரமணியனுக்கு நாய்க்கடி ஊசி போடாமல் கூட இருந்திருக்கலாம். நைட்ரிக் அமிலம் போட்டதுதான் தப்பு. அந்தத் தெரு நாய் ஓர் உபாதையும் இல்லாமல் ஊரைச் சுற்றி வந்து கொண்டிருக்கிறது.

ஆனால் எங்கள் வீட்டு அருகாமையில் இருந்த டாக்டர் 'நாய்க்கடி விஷயத்தில் நாம் அதிக ஜாக்கிரதையாக இருப்பது தவறில்லை' என்றார். பையன் கையில் நாயின் இரு பற்கள் பதிந்து ரத்தமும் வந்திருக்கிறது. பதினான்கு ஊசி என்பது சித்திரவதைதான். ஆனால், உயிரே போயிருக்குமே அந்த ஊசி போடாமல் இருந்தால்?

சுப்பிரமணியனுக்கு அவன் சாகும்வரை கையில் ஒரு வெற்றிலை அளவில் நைட்ரிக் அமிலக் காயத்தின் அடையாளம் இருந்தது. அவன் கைத் தோல் மூடுவதற்கு மாதக் கணக்கில் ஆயிருக்க வேண்டும்.

ஏன் சொல்லாமல் கொள்ளாமல் சலீம் வருவதை நிறுத்தி விட்டான்? நான் ஒருமுறை அப்பாவைக் கேட்டேன். "மறுபடியும் ஸ்டேஷன் ரோடு போகிறபோது கேட்கலாம்" என்றார்.

அந்த மாதம் மழைக் காலம். குறிப்பாக மாலை நேரங்களில் மழை பெய்தது. சிறு தூறல் இருந்தாலே எனக்கு மூக்கு ஒழுகும். அப்பாவுக்கும் குடையைப் பிடித்துக்கொண்டு மைல் கணக்கில் நடப்பது பிடிக்காது.

சுப்பிரமணியன் பொலாரம் போய்ச் சேர்ந்து ஒரு மாதம் கூட இருக்கும். நானும் அப்பாவுமாக அரிசிக் கடைக்குப் போனோம். அங்கே அரிசியோடு வேறு மளிகைப் பொருட்களும் வாங்கிக் கொண்டு வரலாம். எல்லாவற்றையும் தூக்கி வர அரை ரூபாய் கொடுத்தால் போதும்.

அந்தக் கடைக்கு ஸ்டேஷன் ரோடு வழியாகத்தான் போக வேண்டும். முகம்மது உஸ்மான் கடையருகே போன போது நாங்கள் இருவரும் கடைக்குள் பார்த்தோம். கௌஸ் முகம்மது இருந்தார். அவர் எங்களையும் பார்த்துவிட்டார்.

நாங்கள் உள்ளே போனோம். அப்பா ஒரு ஸ்டூலில் உட்கார்ந்தார். நான் கடையிலுள்ள ரிப்பன், சீப்பு, பொம்மைகளைப் பார்த்தபடி நின்றேன்.

கௌஸ் முகம்மது அப்பாவைத் தினமும் பார்த்து வருபவர் போலப் பேசிக்கொண்டிருந்தார். அப்பா சலீம் பற்றிக் கேட்க

வில்லை. நான்தான் மெதுவாக அப்பா காதில், "சலீம்" என்றேன்.

அப்பாவுக்கு சலீம் என்றது புரியவில்லை. கௌஸ் முகம்மது, "என்ன சலீம்?" என்று கேட்டார்.

நான் மீண்டும் அப்பா காதில் "டாங்காப்பா" என்றேன்.

இப்போது அப்பாவுக்கு நினைவுக்கு வந்துவிட்டது. "கடைசி நான்கு நாட்கள் டாங்கா வரவில்லை. நல்ல வேளையாக வேற வண்டி கிடைத்தது". என்று கௌஸ் முகம்மதுவிடம் சொன்னார்.

"உங்களுக்கு சலீம் பற்றித் தெரியாதா?"

"யார் சலீம்?"

"அதான் உங்கள் வீட்டுக்கு டாங்கா ஓட்டி வருபவன்."

"முதல் நாள் பார்த்தேன். ஆனால், அவன் பெயரைக் கேட்டுக் கொள்ளவில்லை."

"அவன் இப்போது இல்லை."

"வேலையை விட்டுவிட்டானா?"

"இல்லை, செத்துப் போய்விட்டான்."

நான், "ஐயோ...!" என்று கத்திவிட்டேன்.

கௌஸ் முகம்மது என்னைத் தழுவிக் கொண்டார். என்னைத் தடவிக் கொடுத்தபடியே, "அவன் எப்படிச் செத்தான், தெரியுமா?" என்று கேட்டார்.

"தெரியாது."

"நாய் கடித்து. எப்பவோ அது கடித்திருக்கிறது. திடீ ரென்று ஒரு நாள் வாயெல்லாம் நுரை வந்து செத்துப் போய்விட்டான்."

'ஓம்சக்தி' தீபாவளிமலர், 2010

உங்கள் வயது என்ன?

ஆண்டவன் படைப்பைத் துவக்கிவிட்டு யோக நித்திரையில் ஆழ்ந்துவிட்டார். அவர் விழித்தெழும்போது பல நூறு நூற்றாண்டுகள் கழிந்து விட்டன. உலகில் பெரிய நெருக்கடி. காரணம், கடவுள் உயிரினங்களுக்கு வயதை நிர்ணயிக்கவில்லை. இப்போது செய்தேயாக வேண்டிய நெருக்கடி.

ஒவ்வொரு வகைக்கும் வயது நிர்ணயிக்கப் பல காலம் பிடித்தது. கடவுளுக்கே போதும் போதும் என்றிருந்தது.

எல்லாவற்றையும் முடித்தாகிவிட்டது – மூன்றைத் தவிர. அவை மனிதன், கழுதை, நாய். மூன்றின் பிரதி நிதிகளும் கடவுள் முன் நின்றன.

"மனிதன், கழுதை, நாய். இனி ஆளுக்கு நாற்பது ஆண்டுகள்."

மூன்றும் பதில் பேசவில்லை. அதே நேரத்தில் தீர்ப்பு முடிந்தது என்று திரும்பிப் போகவில்லை.

"என்ன?" என்று கடவுள் கேட்டார். கழுதை பேசியது. "ஆண்டவனே! என் மீது சுமையை நான் நாற்பதாண்டுகள் சகிக்க வேண்டுமா? தயவு செய்து என் வயதை இருபதாக்கி விடுங்கள்."

அப்போது மனிதன் குறுக்கிட்டு, "அந்த இருபதை எனக்குக் கொடுத்து விடுங்கள்" என்றான்.

"சரி" என்றார் ஆண்டவன்.

இப்போது நாய்க்குத் தைரியம் வந்தது. "கடவுளே, என் வயதையும் பாதியாகக் குறைத்துவிடுங்கள்."

மனிதன் மீண்டும் குறுக்கிட்டு "சாமி…" என்று இழுத்தான்.

"அப்படியே ஆகட்டும்" என்று கூறிக் கடவுள் மறைந்துவிட்டார்.

அன்றிலிருந்து மனிதன் நாற்பது ஆண்டுகள் மனிதனாக வாழ்ந்து, அடுத்து இருபது ஆண்டுகள் கழுதைபோல வாழ்ந்து, கடைசி இருபது ஆண்டுகள் நாயாய் அலைய வேண்டியதாயிற்று.

(ஓர் இந்தியக் கர்ண பரம்பரைக் கதை)

குமுதம், நவம்பர் 2010

கொடுத்த கடன்

என் அப்பா இறந்தபோதுதான் அவர் ஆரோக்கியசாமிக்குப் பணம் கொடுத்திருக்கிறார் என்று தெரிந்தது. இதுகூட நேரிடையாகத் தெரியவில்லை. என் அப்பாவும் குறிப்பு ஏதும் எழுதி வைக்கவில்லை. ஆனால் குமாரசுவாமி என்பவர் அப்பாவிடம் எண்ணூறு ரூபாய் வாங்கியிருந்தார் என்று அம்மா வுக்குத் தெரியும். நான் குமாரசுவாமியைத் தேடிப் போனேன் அவர் ஐதராபாத்தின் அன்றைய விமான நிலையத்தில் வேலை பார்த்து வந்தார். "நீ எப்படி வந்தாய்?" என்று ஆச்சரியத்துடன் கேட்டார்.

"சைக்கிளில் வந்தேன்."

"அப்பா செத்துப் போய்விட்டார் என்று தெரிந்து மிகவும் வருத்தமாயிருந்தது. நான் இந்த வாரம் வரலா மென்று இருந்தேன்."

"நீங்கள் அப்பாவிடம் பணம் வாங்கியிருக்கிறீர் களாம்."

"ஆமாம். ஆனால் திருப்பிக் கொடுத்து விட்டேனே?"

"எண்ணூறு ரூபாயையுமா?"

"ஆமாம். நான் கணக்கு வைத்திருக்கிறேன்."

குமாரசுவாமி உள்ளே போய் ஒரு டைரி கொண்டு வந்தார். அதில் கடைசியில் ஒரு பக்கத்தில் என் அப்பா பெயர் எழுதி வரிசையாகத் தேதி போட்டுப் பணம் குறித்திருந்தார்.

"நான் பாக்கி இல்லை. ஆரோக்கியசாமிதான் இன்னும் தர வேண்டும் என்று அப்பா சொல்லி யிருக்கிறார்."

"யார் அது ஆரோக்கியசாமி?"

"எனக்குத் தெரியாது. உங்கள் வீடு இருக்கும் தெருவிலேயே இருக்கிறார் என்று நினைக்கிறேன்."

என் அம்மா நம்பவில்லை. நான் கணக்கைப் பார்த்ததாகச் சொன்னேன்.

"அது அப்பா எழுதினதா?"

"இல்லை. அது குமாரசுவாமி டைரி."

குமாரசுவாமி வீட்டுக்கு வந்து அம்மாவிடம் துக்கம் விசாரித்தார். வேறு வீடு பார்த்துத் தருவதாகச் சொன்னார். அதையும் அவர் திறம்பட அவருடைய நண்பர் மூலம் பூர்த்தி செய்தார். புத்தம் புது வீடு. முதல் மழைக்கு ஒழுகினாலும் உடனே சரி செய்யப்பட்டது. கிணற்றில் நன்கு இனிக்கும் தண்ணீர்.

ஆரோக்கியசாமி யார்? அம்மாவுக்கும் தெரியவில்லை. எங்கள் வீட்டுக்கு ஜோதிடர் ஒருவர் வருவார். அவரை அம்மா வுக்குப் பிடிக்காது. அவர் வந்தால் ஒரு வேளையாவது சாப்பிடாமல் போக மாட்டார். அம்மா சனீசுவரன் வந்துடுத்து, சனீசுவரன் வந்துடுத்து என்று முணுமுணுத்துக்கொள்வாள். அப்பா செத்தது தெரியாமல் அவர் ஒருநாள் வந்தபோது அவருக்கு நம்ப முடியவில்லை. "அவருக்கு இப்போ சாவில்லையே?" என்று சொல்லிக்கொண்டே இருந்தார்.

"உங்களுக்குப் பணம் ஏதாவது கொடுத்திருந்தாரா?"

"இல்லையேம்மா. அவர்தான் எங்கிட்டே அப்பப்போ பத்து, இருபது வாங்கிப்பார். கொடுத்துடுவார். இன்னியத் தேதிக்கு நானும் அவருக்குத் தர வேண்டாம். அவரும் எனக்குத் தர வேண்டாம்."

"யார் யாருக்குக் கொடுத்திருக்கிறாரோ?"

"ஆமாம்மா... அவர் மோதிரத்தைக் கொடுத்து ஆரோக்கிய சாமிக்குப் பணம் கொடுத்தார். அவன் வீட்டு முன்னாலே போலீஸ் காத்திண்டிருந்தது."

"யார் ஆரோக்கியசாமி?"

"உங்களுக்குத் தெரியாது. அவர் ஒருத்தர்தான் இந்த ஊரிலே நம்ப பாஷை பேசி நகை பண்ணுவார்."

"ஆச்சாரியா?"

"ஆமாம். ஆனால் கிறிஸ்துவர்"

"இப்படிப் பணம் கொடுத்ததை ஏன் எங்கிட்டே சொல்லலே?"

ஜோசியர் பதில் கூறவில்லை. ஆனால் சிறிது பொறுத்து அவர் பேசினார். "உங்க வீட்டுக்காரர் உபகாரி. எல்லாம் சின்னச் சின்ன தொகைதான். மோதிரம் ஒண்ணரைப் பவுன் போல. அதை உடனே அடகு வைச்சு ஆரோக்கியசாமிக்குப் பணம் கொடுத்தார். மோதிரத்தை அவரா மீட்டுட்டார். ஆனா ஆரோக்கியசாமி பணம் அப்படியே நிக்கறது."

ஜோசியர் அழுத்தம் திருத்தமாகப் பேசினார். "நான் ஆரோக்கியசாமியை உங்களை வந்துப் பாக்கச் சொல்றேன்" என்று சொல்லிவிட்டுக் கிளம்பிவிட்டார்.

"நாம எப்போ காலி பண்ணனும்?"

"சனிக்கிழமை வண்டிக்குச் சொல்லியிருக்கு" நான் சொன்னேன்.

"அதுக்குள்ளே ஆரோக்கியசாமி வந்தாத் தேவலை."

அம்மா பேசிக்கொண்டிருக்கும்போதே ஒருவர் வந்தார். "அம்மா, நான்தான் ஆரோக்கியசாமி" என்றார்.

"நீங்க அவருக்குப் பணம் தரணுமாமே?"

"அம்பது ரூபாய் தரணும்."

"இப்போ கொண்டுவந்திருக்கீங்களா?"

"இல்லேம்மா. இரண்டு ஜோடி வளையல் செய்து முடிக்க ணும். அதைச் செஞ்சா கூலி கிடைக்கும். உடனே கொடுத்துடு வேன்."

"எப்போ முடியும்?"

"எப்படியும் பதினைஞ்சு நாளாகும்."

"நாங்க வீட்டைக் காலி பண்ணிடுவோமே?"

"அதனாலே என்னம்மா? நான் கொண்டுவந்து கொடுத்துடறேன்."

ஆரோக்கியசாமியும் மிகவும் உறுதியாகப் பேசினார். அவர் பணம் தரவேண்டுமென்று ஒத்துக்கொண்டதே பெரிய விஷயம்.

நாங்கள் வேறு வீடு போய் ஒரு மாதமாயிற்று. ஆரோக்கிய சாமி வரவில்லை. ஜோசியர் மட்டும் இடம் விசாரித்துக் கொண்டு வந்தார். சிறிது அத்வானமான இடம்தான். இருந்த சாதத்தை அவருக்கு இலையில் போட்டு இருந்த மோரை அவருக்கு அம்மா ஊற்றினார். நாங்கள் வீடு மாறின போதே குமாரசுவாமி சொன்னார்: "நான் வாரம் பத்து நாளைக்கு ஒருமுறை வந்து விசாரிக்கிறேன். இங்கே வீட்டுக்கு யாராவது வந்து போகிற மாதிரிதான் நல்லது. மனிதர்கள் யாருமில்லை என்பது போலத் தோன்றிவிட்டால் அவ்வளவு பத்திரம் இல்லை."

குமாரசுவாமிக்கு சைக்கிள் உண்டு. அவர் எங்கள் புது ஜாகைக்கு வர ஒரு கால்மணி நேரம் சைக்கிளை மிதிக்க வேண்டும். அவ்வளவுதான். ஆனால் ஜோசியருக்கு சைக்கிள் விடத் தெரியாது. பஸ்ஸில் வந்து போக ஆறணாவாவது ஆகும். மேலும் ஜோதிட நுணுக்கங்களை அப்பாவிடம் விவாதிக்கலாம். அப்பா இல்லாதபோது அவர் ஏன் வர வேண்டும்? அவரும் அப்போதைக்கு அப்போது கிடைக்கும் பணத்தை வைத்துத்தான் குடும்பத்தை நடத்த வேண்டும்.

ஆரோக்கியசாமியிடம் சொல்வதாக வாக்களித்து விட்டு ஜோசியர் போய் விட்டடார். ஆரோக்கியசாமி வரவில்லை.

நாங்கள் இன்னும் ஒரு மாதம் காத்திருந்தோம். ஆரோக்கிய சாமி வரவில்லை. நான் ஒரு விடுமுறை நாளன்று சைக்கிளை எடுத்துக்கொண்டு ஆரோக்கியசாமி வீட்டுக்குப் போனேன். நாங்கள் முன்பு இருந்த தெருவிலேயே ஒரு வீட்டின் பின் பகுதியில் அவர் இடம் என்று விசாரித்துக் கொண்டு போனேன். வீடு பூட்டியிருந்தது. அது ஞாயிற்றுக்கிழமை. அவர் கோயிலுக்குப் போயிருக்கலாமல்லவா?

"ஏன்டா, யாரையாவது விசாரிக்கக்கூடாதா?"

"விசாரிச்சுண்டுதாம்மா ... அவர் வீட்டுக்குப் போனேன் ..."

அதற்கடுத்த ஞாயிற்றுக்கிழமை மழை கொட்டித் தீர்த்து விட்டது. இரு நாட்கள் கழிந்து அதிகாலையிலேயே கிளம்பி ஆரோக்கியசாமி வீட்டுக்குப் போனேன். இந்த முறை முன் வீட்டுக்காரரிடம் ஆரோக்கியசாமி வீடு பூட்டியே இருப்பது பற்றிக் கேட்டேன்.

"நீ சின்னப் பையன். இதெல்லாம் வேண்டாம்."

"அவர் எங்கப்பாகிட்டேந்து பணம் வாங்கியிருக்கார். எங்கப்பா செத்துப் போயிட்டார்."

"உங்க பணம் வராது."

"ஏன்?"

"அந்த மனுஷன் இருந்த தங்கத்தை எல்லாம் சுருட்டிண்டு எங்கேயோ போயிட்டான்."

"அவர் வீட்டிலே வேறே யாரும் இல்லையா?"

"எல்லாம் உண்டு. அவன் இன்னொரு அம்மாளை இழுத்துண்டு எங்கேயோ ஓடிப்போயிட்டானாம். அவன் வீட்டிலே ஒண்ணுமே இல்லை. இருந்த ஒண்ணு இரண்டு பாத்திரங்களையும் அவனுடைய சம்சாரம் தூக்கிண்டு அவ அம்மா வீட்டுக்குப் போயிட்டா. இங்கே வாடகை நாலு மாசமா நிக்கறது."

அவர் இன்னும் ஏதேதோ சொல்லிக்கொண்டு போனார். அவர்தான் வீட்டுக்காரராக இருக்க வேண்டும்.

என் அம்மா கடுமையான சாபங்களை எங்கேயிருக்கிறார் என்று தெரியாத ஆரோக்கியசாமி மீது வீசினார். ஆரோக்கிய சாமி அப்பாவுடைய அன்புக்குப் பாத்திரமாக இருந்திருக்க வேண்டும். இல்லாது போனால் கையில் பணமில்லாதபோது கை மோதிரத்தை அடகுவைத்து அப்பா பணம் கொடுத்திருப் பாரா?

நாட்கள் போகப் போக எல்லாமே மறந்து போய் விட்டது. நாங்கள் இருந்த வீட்டுக்குச் சரியான எண்ணோ, அங்கே தெரு ஒன்றும் முறையாகப் பெயரோ இல்லாததால் 'துர்காபாய் வீட்டருகில்' என்று தபால்காரரே சொல்லி அதைத்தான் எங்கள் முகவரியாக வைத்துக்கொண்டிருந்தோம். துர்காபாய் என்பது ஒரு பெரிய ஜமீந்தாரிணி.

எங்கள் வீட்டுக்கு ஐந்தாறு மைல் தூரத்தில் ஒரு ஜமீந்தாரின் வயலில் ஆளுயரப் புல் வகை ஒன்று வளர்த்து வந்தார்கள். மிகவும் திட்டமாக அறுத்து இருபது கட்டுகள் கட்டி வைத்திருப்பார்கள். சரியான நேரத்துக்குப் போனால் ஒரு கட்டு வாங்கி வரலாம். கட்டு அரைரூபாய்.

நான் அன்று காத்திருந்து அந்தப் புல்கட்டை வாங்கி சைக்கிள் பின்னால் கட்டி வந்தேன். வீட்டுக்கு வந்தவுடனேயே அம்மா, "உன்னைத் தபாலாபீசுல கூப்பிட்டாளாம். உடனே போ" என்றார்.

அது ஒரு மைல் தள்ளியுள்ள இடம். நான் அங்கு போவதற் குள் இரண்டு மணியாகிவிட்டது. எங்கள் தபால்காரனைக் காணோம்.

நான் காத்திருந்தேன். மூன்று மணிக்கு அவர் வந்தார். "உங்க அப்பா பேருக்கு மணியார்டர் வந்திருக்கு. நீ அப்பா செத்துட்டார்னியே" என்றார்.

"என்னது?"

அந்த மனிதன் மணியார்டரைக் காட்டினார். அதில் என் அப்பா பெயர் எழுதி, முன்னால் மிஸஸ் என்றிருந்தது. நான் காண்பித்தேன்.

தபால்காரர் மிகவும் வருந்தினார். என்னைத் தமிழில் கையெழுத்திடச் சொன்னார். அறுபது ரூபாய் கொடுத்து ஒரு சிறு சீட்டை அந்தப் படிவத்திலிருந்து கிழித்துக் கொடுத்தார். நான் பணத்தையும் அந்தச் சீட்டையும் வீட்டுக்கு எடுத்து வந்தேன். அந்தச் சீட்டை வைத்துக்கொண்டு அது என்ன தென்று புரிந்து கொள்ள முயன்றேன். ஒரு மூலையில் 'ஆ' என்று எழுத்து தெரிந்தது. திரும்பத் திரும்பப் பார்த்ததில் புரிய ஆரம்பித்தது. அது நாக்பூரிலிருந்து வந்திருந்தது. பணத்தை அனுப்பியவர் ஆரோக்கியசாமி.

அவருக்கு எப்படி எங்கள் முகவரி கிடைத்தது என்று எனக்கு இன்றும் தெரியாது. பணத்தை அவர் வீட்டுக்கு அனுப்பியிருக்கலாமே என்றும் தோன்றியது.

விஜயபாரதம், அக்டோபர் 2010

கோயில்

அவனுடைய அப்பா பிறந்து வளர்ந்து இருபத்திரண்டு ஆண்டுகள் அந்தத் தெருவில்தான் இருந்திருக்கிறார் என்று நினைத்தபோது, அவனுக்குத் துக்கமும் மகிழ்ச்சியும் தோன்றியது. அவனுடைய அப்பா இறந்தே இருபது ஆண்டுகள் முடிந்துவிட்டன. எழுபது, எண்பது ஆண்டுகளுக்கு முன்பு இத்தெரு எப்படி இருந்திருக்கும்?

"எங்க ஊரே அந்த இரண்டு தெருதான்னு சொல்லிடலாம். நூல் பிடித்துக் கட்டின மாதிரி அந்த இரண்டு தெருக்களும் முக்கால் மைல் தூரத்துக்கு நேர்க்கோடுகளாக இருக்கும்" என்று எப்போதோ அப்பா சொல்லியிருந்தார். இப்போதும் அந்த இரு தெருக்களும் நேர்க்கோடுகளாக இருந்தன. வேறு பல தெருக்களும் தோன்றி ஊர் பெரிதாகிப் போய்விட்டது. அப்பா சொன்ன அந்த இரண்டு தெருக்கள் உற்சாகமாக இல்லை. நிறைய வீடுகள் வீழ்ந்துவிட்டன. டஜன் கணக்கில் இருந்த வீடுகளில் மூன்றோ நான்கோதான் வெள்ளையடிக்கப்பட்டுச் சற்றுப் பார்க்கும்படியாக இருந்தன. அடுத்தடுத்துத் தரித்திரம்தான் தாண்டவ மாடியது.

அவனுடைய அப்பா இருந்த வீடும் மிகவும் மோசமான நிலையில் இருந்தது. அப்பாவின் உறவுக் காரர்கள் இன்னமும் அந்த வீட்டில் இருந்தார்கள். இரண்டு, மூன்று தலைமுறையாக அந்த வீடு தாயாதி களுக்குள் பாகம் பிரிக்கப்படவில்லை. பார்க்கப் போனால் அவனும் அந்த வீடுமீது உரிமை கொண்டாட லாம். ஏதாவது பயனுள்ளதாக இருக்குமா? பெரியவர் கள் இருந்தபோதே முடியாதது இப்போது சாத்தியமா?

அந்த வீட்டின் கதியும் விரைவில், அந்தத் தெருவில் செடியும் புதருமாகக் கிடந்த பல வீடுகள் போலாகிவிடும். 'பாழாகப் போ' என்று சபிப்பது மனிதர்களைவிட வீடுகளுக்குத்தான் பொருந்தும்.

அவன் அந்த வீட்டினுள் நுழைந்தான். மண்டை இடித்தது. அந்தநாள் வழக்கப்படி வாயிற் கதவைக் குட்டையாக அமைத்திருந்தார்கள். ஆனால் சுவர் தடிமன் ஓரடி, ஒன்றரை யடி கூட இருக்கும். வெளியிலிருந்து தெரியாது. ஆதலால் சாஸ்திரப்படி கட்டப்பட்ட வீடுகளுக்குள் நுழையும்போது தாழ்வாரம் அடையும் வரை தலையைக் குனிந்தே வைத்துக் கொள்ள வேண்டும். அது அவனுக்குத் தெரியவில்லை. முற்றம் தந்த வெளிச்சத்தில் யாரோ ஒரு மூலையில் புடைவையை உதறி உலர்த்த முயன்று கொண்டிருந்தது தெரிந்தது.

"காமாட்சி!" என்று அழைத்தான். அவள் அவனை உற்றுப் பார்த்தாள்.

"காமாட்சிதானே நீ – நீங்க?" என்று கேட்டான்.

"நீங்க யாருன்னு தெரியலையே?"

"நான் அப்பு."

"பெரியப்பா பிள்ளை அப்புவா?"

"ஆமாம்."

"வாங்கோண்ணா. மன்னி, குழந்தைகள் வந்திருக்காளா?"

"இல்லை. நான் மட்டும்தான் வந்திருக்கேன்."

"பெரியம்மா போனது நாலு நாள் கழிச்சுத்தான் தெரிஞ்சது. பத்து நாள் தீட்டு இல்லையா?"

"எனக்கு இங்கே ஒரு நாளைக்கு வேலையிருக்கு. இங்கே தங்கலாமோ? ராத்திரி பதினொரு மணி எக்ஸ்பிரஸ்லே போயிடுவேன்."

"ஒரு நாள் என்ன, நாலு நாள் இருந்துட்டுப் போ அண்ணா. அம்மா உள்ளே சமையல் பண்ணிண்டிருக்கா. காது கேக்கலை. நடக்கறதும் ரொம்பக் கஷ்டம். இந்த வீட்டிலே ஒவ்வொரு வாசல்படியும் முழம் உசரமாயிருக்கு."

"ரகுவுக்கு இன்னும் கல்யாணம் ஆகலை இல்லையா?"

"உங்களுக்கெல்லாம் தெரியாதபடி எப்படி நடக்கும் அண்ணா? அவனுக்குச் சீயாழிக்கு மாத்தலாயிடுத்து. இங்கேந்து

தினம் பஸ்லேதான் போயிட்டு வரான். பொண்ணுக்கு இங்கேயே காலேஜிலே பி.ஏ.ஹிஸ்டரி கிடைச்சுடுத்து. அவளும் பஸ்லேதான் போயிட்டு வரா. அவ மூணு மணிக்கு வந்துடுவா. ரகுவுக்குத்தான் இருட்டி ஏழு எட்டு மணிகூட ஆயிடறது."

"சின்ன ஊர் பாங்க்லே எல்லாம் இப்படித்தான்."

"உள்ளே வா. இவ்வளவுதான் சாமானா? முதல்லே காஃபி சாப்பிடு."

"குளிச்சுட்டாக்கூடத் தேவலை. வண்டி ரொம்ப லேட்."

"கிணத்தங்கரையிலேயே குளிச்சுடலாம். குளிக்கிற ரூம் கூரை விழுந்துடுத்து. கை, கால் கழுவிக்கப் பின்னாலே சுவர் கிட்டே தடுப்பு இருக்கு. ராணிகூட வந்துட்டுப் போயிட்டா."

"யாரு ராணி?"

"அதெல்லாம் சுத்தம் பண்ணறவ. இந்த வீட்டுக்கு இன்னும் ஃபிளஷ்ஷவுட் வரலை."

அவனுக்கு இதெல்லாம் வியப்பளிக்கவில்லை. அவர் களாகவே வீட்டுக்கென்று செலவழித்து என்ன பயன்? பங்கு கேட்பவர்கள் இந்தச் செலவை எல்லாம் கணக்கில் எடுத்துக்கொள்ள மாட்டார்கள்.

கொல்லைப்புறம் ஓரளவு சுத்தமாகவே இருந்தது. வீட்டை இடித்துத்தான் புதிதாகக் கட்ட வேண்டும். கட்டிய வீட்டிலும் முற்றம்போல அமைப்பு வைத்தால்தான் வெளிச்சம் வரும். யார் செய்யப் போகிறார்கள்? எந்த ஜன்மத்தில் செய்யப் போகிறார்கள்?

சித்தி சமையல் மிகவும் நன்றாக இருந்தது. அவள் பங்குக்குப் பல விஷயங்களை விசாரித்தாள். எல்லாவற்றுக்கும் சுருக்கமாக உரத்துப் பதில் தந்தான். ஒரு சொல் வீணாகாதது குறித்து அவனுக்கு ஆச்சர்யமாக இருந்தது. மேடைகளில் பேசுகிறவர்கள் உரத்துத்தான் பேசுகிறார்கள். கத்துகிறார்கள் என்று கூடக் கூறலாம். ஆனால் கூடைக்கணக்கில் வீணான சொற்கள்.

ஊரைச் சுற்றிப் பார்க்க முடியாத போதிலும், பஸ் ஸ்டாண்டு போவதற்குள் பல விஷயங்கள் கண்ணில் பட்டன. நிறையப் பட்சணக் கடைகள். நிறைய ஜோசியக் கடைகள். ஊரில் வயதானவர்கள் எண்ணிக்கை அதிகரித்திருக்க வேண்டும். தின்பண்டக் கடைகளில் அவர்கள்தான் போய் நிற்கிறார்கள்.

கணவன், மனைவி இருவரும் உத்தியோகத்துக்குப் போகிற மாதிரி குடும்பங்களும் அதிகரித்திருக்க வேண்டும்.

அவன் போக வேண்டிய அலுவலகத்தைத் தேடிப் போய்ச் சேர்ந்தபோது உணவு இடைவேளை. அது நல்லதாகப் போயிற்று. அவன் பார்க்க வேண்டிய அதிகாரி அவனையும் உணவருந்தக் கூப்பிட்டு விட்டதில் அரை மணி நேரத்துக்கும் மேலாக அவருடன் பேச வாய்ப்புக் கிடைத்தது. உணவுக்குப் பிறகு அவர் உடனுக்குடனேயே உத்தரவையும் எழுத்து மூலம் கொடுத்துவிட்டார். அவன் தகப்பனாரின் ஊர் அவனுக்கு இன்னமும் நன்மை செய்து கொண்டிருப்பதாகத் தோன்றிற்று.

காமாட்சி அவனுக்கும் தோசை வார்த்து வைத்திருந்தாள். அவளுடைய பெண் மீனா உயரமாக வளர்ந்திருந்தாள். இந்தக் குழந்தைகள் வளர்ந்து பெரியவர்கள் ஆவதைப் பார்க்க, அவர்கள் தந்தைக்குக் கொடுத்து வைக்கவில்லை. குழந்தை களும் கொடுத்து வைக்காதவர்கள்தான். ரகு, மீனா இருவரும் அவரவர்கள் குடும்பங்களை அமைக்கும்வரை இந்தப் பாரம்பரிய வீட்டிலிருந்து யாரும் அவர்களை விரட்டிவிடக் கூடாது.

இருட்டிக்கொண்டிருக்கும்போது காமாட்சி ஓர் அகலில் சிறிது எண்ணெயும் ஒரு திரியும் வைத்தபடிக் கிளம்பினாள். அவள் போனபிறகு மீனாவைக் கேட்டான்: "அம்மா எந்தக் கோயிலுக்குப் போறா?"

"நம்மூர் சுவாமி கோயிலுக்குத்தான். நீங்க அம்மன் கோயிலுக்குப் போனதில்லையா?"

"ஞாபகம் இல்லை. சின்னக் குழந்தையாக இருந்தபோது போயிருக்கலாம்."

"பெரிய கோயில். நீங்க எப்போ ரயிலுக்குப் போகணும்? கோயில் பேரே பெரியகோயில்."

"பத்து மணிக்குப் போனாப் போதும். அந்த வேளைக்கு வண்டி கிடைக்குமில்லையா?"

"ஆட்டோ கிடைக்காது. ஒம்பதரைக்குக் கிளம்பினா சரியாயிருக்கும்."

"கோயிலுக்குப் போயிட்டுவர நேரமிருக்கும்?"

"போயிட்டு வந்துடலாமே. இப்போ கிளம்பினாக்கூட ஏழரை, ஏழே முக்காலுக்கு வந்துடலாம்."

அசோகமித்திரன்

"நான் கோயிலுக்குப் போயிட்டு வந்துடறேன். எங்க அப்பா, அவரோட அப்பா, அவரோட அப்பா போன கோயில்."

மீனா பேசாது இருந்தாள். அவன் கிளம்பும்போது, "உங்கம்மாவோடயே நான் போயிருக்கணும்," என்றான்.

கோயிலுக்கு அவனுக்கு வழி தெரியாது. தெருவில் ஒருவரைக் கேட்டுப் போனான். நூல்கட்டி அமைத்த தெருக் களைக் கடந்து அது ஒரு தனி வழியில் இருந்தது. அந்த ஊரில் தெரு விளக்குகள் பழைய மாதிரி பல்புகள். மிகவும் மங்கலாகத்தான் இருந்தன. சட்டென்று கோபுரம் நிழலாகத் தெரிந்தது. நல்ல உயரம். அவனைக் கவ்விப்பிடிக்கத் தயாராக இருந்த பூதம் போல அந்த அரை இருட்டில் தெரிந்தது.

அவன் எதிரே காமாட்சி வந்தாள். "எங்கேண்ணா, கோயிலுக்கா? என்னோடு வந்திருக்கலாமே?"

"நீ கூப்பிடலியே?"

"தப்புத்தான். சீக்கிரம் போயிட்டு வாண்ணா. இன்னெக் கென்னமோ எனக்குச் சரியில்லே. ஏதோ பயமாயிருந்தது. உன்னை அழைச்சுண்டு போயிருக்கலாம்."

காமாட்சி போய்விட்டாள். அவன் பெரிய கோபுரம் வழியாகவே கோயிலுக்குள் நுழைந்தான். வெளிச்சமே போதாது. அப்படியும் வெளிப்பிராகாரத்தை ஒருமுறை பிரதட்சணம் செய்து அடுத்த பிராகாரத்துக்குள் நுழைந்தான். வலது கால் கட்டை விரல் வலித்தது. அவன் காலில் ரத்தம்கூட வந்திருந்தது.

அது சுவாமி சன்னிதி. பிராகாரங்களில்தான் ஓரிரு பல்பு மின்விளக்குகள் இருந்தனவே தவிர, சன்னிதிகளுக்கு எண்ணெய் விளக்குகள்தான். அன்று அம்மனுக்குக் கொண்டை வைத்து மீனாட்சியம்மன் போல அலங்கரித் திருந்தார்கள். அவயம், மீனாட்சி, காமாட்சி, விசாலாட்சி என்ற பெயர்கள்தான் அந்த ஊரில் முக்கால்வாசிப் பெண் களுக்கு வைத்துவிடுவார்கள்.

முதல் பிராகாரத்திலேயே ஓரிடத்தில் நவக்கிரகமும் இருந்தன. தட்சிணாமூர்த்தி விக்கிரகமும் சுவரோடு பதிக்கப் பட்டிருந்தது. காமாட்சி, தட்சிணாமூர்த்திக்குத் தான் எண்ணெய் விளக்கு வைக்கப் போயிருப்பாள். அன்று வியாழக்கிழமை.

கால் காயத்தில் ரத்தம் உறைந்து போயிருந்தது. அவனு டைய முன்னோர்கள் தினமும் இந்தக் கோயிலுக்குப் போயிருப்

பார்கள். அவர்கள் காலத்தில் இந்த ஒன்றிரண்டு மின் விளக்குகள்கூட இருந்திருக்காது. எண்ணெய் விளக்குகள், ஒரு பிராகாரத்துக்கு ஒரு தீவட்டி என்றிருக்கலாம். அவர்கள் எவ்வளவு முறை காலை இடித்துக்கொண்டிருப்பார்கள், எவ்வளவு ரத்தம் அந்தக் கோயிலில் சிந்தியிருப்பார்கள்?

அவன் முதலில் அப்படியே வீடு திரும்பி விடலாமென்று தான் நினைத்தான். இன்னொரு முறை வர முடியுமா? அதற்கு எவ்வளவு ஆண்டுகள் தேவைப்படும்? அவனுக்கு வர முடியாமல் போய்விடக்கூடிய அபாயம்கூட இருந்தது.

சன்னிதிகளுக்கு அடுத்த உள் பிராகாரம் மிகவும் நீளமாக இருந்தது. அவ்வளவு நீண்ட பிராகாரத்துக்கு மிக உயரத்தில் கூரை. அந்த உயரமே இருட்டை அதிகரித்தது போலிருந்தது.

அவன் நொண்டியபடியே ஒரு பக்கம் முடித்து அடுத்த பக்கத்துக்கு வந்தான். இந்தப் பிராகாரம் கூட ராமேஸ்வரப் பிராகாரத்துக்குச் சமமாக இருக்கக் கூடும்.

இன்னும் இரு பக்கங்கள் முடித்தால் அவன் வீட்டுக்குத் திரும்ப முடியும்.

அவன் கடைசிப் பக்கத்தை அடைந்தான். காமாட்சி இந்தப் பக்கத்துக்கு வந்திருக்க வேண்டும். அவ்வளவு நீளப் பிராகாரத்துக்கு ஒரு விளக்குக் கூடக் கிடையாது. அதுதான் அவளுக்குப் பயம் எழும்பியிருக்கக் கூடும்.

அவனுக்கும் பயமாகத்தான் இருந்தது. இன்னும் இருபது இருபத்தைந்து அடிகள் இருக்கும். மூன்று திசைகளில் போன போதும் ஆளரவமே இல்லை. ஏதோ சிறிது வெளிச்சம் இருந்தது. இங்கு அதுவும் கிடையாது.

அவன் எதிரே ஒருவர் தூரத்தில் வந்து கொண்டிருந்தார். அவன் அவரையே பார்த்தபடி நின்றான். எல்லாம் நிழல் போலத்தான். அவர் பஞ்சகச்சம் கட்டி இடுப்பின் மேல் வேஷ்டியைக் கட்டியிருந்தார். ஆண்கள் கோயிலுக்கு அப்படித் தான் போக வேண்டும். அவன் சட்டையை மேல் வேஷ்டியாக நினைத்துக்கொள்ளலாம். ஆனால் சட்டையை இடுப்பில் கட்டிக்கொள்ள முடியாதே. ஆனால் மனிதன் அப்பிரதட்சண மாக வருகிறாரே? விஷயம் தெரிந்த மனிதர்கள் அப்படிச் செய்ய மாட்டார்களே?

அந்த மனிதர் ஐந்தாவது அடி தூரத்தில் இருந்தார். அவர் அவனைப் பார்த்தபடியே முன்னேறிக்கொண்டிருந்தார். ஆயிற்று. இருவரும் எதிரும் புதிருமாக நின்றார்கள்

அவன் நெற்றி சுருங்கியது, யார் அது? யார்?

கன்னத்தில் அறைந்தது போல அடையாளம் தெரிந்தது. இருபது ஆண்டுகளுக்கு முன்பு இறந்த அப்பாதான் அவன் முன் நின்று கொண்டிருந்தார். "அப்பா!" என்று கத்தினான்.

அவன் அன்று இரவு பதினொரு மணி எக்ஸ்பிரஸ் ரயிலைப் பிடிக்க முடியவில்லை.

"கோயிலாக இருந்தால் என்ன? பழைய கட்டடங்களுக்கெல்லாம் தனியாகப் போகக்கூடாது" என்று சித்தி சொல்லிக்கொண்டிருந்தாள்.

கல்கி, 2010

குழந்தைகள் இறக்கும்போது . . .

மணி காலையில் எழுந்தபோது அறைக்கதவு வெளியிலிருந்து தாழிட்டிருந்தது. அவனுடைய இரு அக்காக்களும் அதே அறையில் இருந்தார்கள். "ஏன் நம்பளைப் பூட்டிவைச்சிருக்கு?" என்று மணி கேட்டான்.

"அம்மாதான் பூட்டி வைச்சிருக்கா."

"ஏன்?"

"சம்பா. . ."

"சம்பாக்கு என்ன?"

பெரிய அக்கா ஒரு கணம் தயங்கினாள். ஆனால் அறை வெளியேயிருந்து அழுகுரல் கேட்டது. அக்கா சொன்னாள், "சம்பா செத்துப் போயிடுத்து."

"ஐயையோ, நான் சம்பாவைப் பாக்கணுமே!"

"அம்மா நாம யாரும் பாக்க வேண்டாம்னு சொல்லிட்டா."

மணிக்கு அழுகை பொங்கிக்கொண்டு வந்தது. அவன் தங்கை சம்பாவை இனி அவன் பார்க்கவே முடியாது.

மணியுடைய அண்ணன்கள் இருவர் அடுத்தடுத்து இறந்துவிட்டார்கள். அதிலும் ஒருவன் சாகும்போது பதிமூன்று வயது. வீட்டில் எங்குப் பார்த்தாலும் அவனுடைய பாடப் புத்தகங்கள், சட்டைத் துணி மணிகள் இருந்தன. அவனுக்கு முன்னால் இறந்தது அவனைவிடப் பத்து வயது குறைவான குழந்தை. அப்போது மணியும் குழந்தைதான். ஆதலால் இன்னொரு குழந்தை என்று தெரிந்தபோது அது பிள்ளையாக இருக்கக் கூடாதா என்று வேண்டிக் கொண்டார்கள். ஆனால் பிறந்தது பெண். இனிமேல்

குழந்தையே வேண்டாம் என்று அவளுக்குச் சம்பூர்ணம் என்று பெயர் வைத்தனர். ஆனால் அந்தக் குழந்தை தன் சிரிப்பாலும் பேச்சாலும் விளையாட்டாலும் எல்லாருக்கும் பிடித்தவளாகப் போய் விட்டாள். உறவினர் யாராவது வந்தால்கூட அவர்கள் முதலில் சம்பா பற்றித்தான் விசாரிப்பார்கள். அவளுடன் கொஞ்ச உட்கார்ந்து விடுவார்கள்.

சம்பாவுக்கு இரண்டு வயது முடிந்த நாளில் ஒரு சிணுங்கல் வந்தது. அப்புறம் அது சிறிது சிறிதாக அதிகரித்து, குழந்தை எப்போதும் அவதிப்படும் நிலை தெரிய உட்கார்ந்தே இருந்தது. உடலெல்லாம் மஞ்சள் தெரியவந்தது. இந்தக் குழந்தைக்கும் கட்டி வந்துவிட்டது. மணியின் அப்பா ஜம்மி வெங்கடரமணாவுக்குக் கடிதம் எழுதினார். அவர்கள் பெஜவாடாவுக்குப் போய் ஒரு வைத்தியரைப் பார்க்கச் சொன்னார்கள். அப்பாவும், அம்மாவும் குழந்தையை எடுத்துக் கொண்டு பெஜவாடா சென்றார்கள். அவர் தெலுங்கு வைத்தியர். ஜம்மி வெங்கட ரமணாவிடம் பயிற்சிபெற்றவர். அவர் மருந்து கொடுத்தார். அதை வாங்கிக்கொண்டு மணியின் பெற்றோர்கள் ஊர் திரும்பினார்கள். சம்பாவுக்கு ஏகப்பட்ட பத்தியம். அவளுக்குச் சாப்பிடவே பிடிக்கவில்லை. அடுத்த முறை மணியும் அப்பாவும் மட்டும் பெஜவாடா வைத்தியரைப் பார்க்கப் போனார்கள். அந்த ஒருநாள் அவர் வீட்டிலேயே தங்கிச் சாப்பிட்டுவிட்டுக் கிளம்பி னார்கள். அப்பா பேசவேயில்லை. ஆனால் வட்டியும் முதலு மாக இப்போது குமுறிக் குமுறி வாய்விட்டு அழுதுகொண் டிருந்தார். குழந்தைகளைப் பூட்டிவைத்திருந்த அறையிலும் அந்த அழுகைச் சத்தம் கேட்டது.

வெளியே இன்னும் யார்யாரோ வந்திருந்ததை அவர்கள் பேச்சு மூலம் தெரிந்துகொள்ள முடிந்தது. சுமார் எட்டரை மணிக்கு எல்லோரும் வெளியே போவதையும் உணர முடிந்தது. அப்போது அம்மா ஓவென்று கதறி அழுதாள். "இவ்வளவு பேச்சும் சிரிப்பும் நீ போயே போயிடறதுக்கா?" என்று திரும்பத் திரும்பப் புலம்பினாள். இங்கே அறையில் மணியும் சகோதரி களும் விம்மி விம்மி அழுதார்கள். அம்மா வீட்டைத் தண்ணீர் விட்டுக் கழுவிவிட்டு அவர்கள் அறைக் கதவைத் திறந்தாள். யாருக்கும் யாரையும் நேருக்கு நேர் பார்க்க முடியவில்லை. எல்லோரும் கட்டிக்கொண்டு அழுதார்கள். அந்த அழுகையிலும் அம்மா அவர்கள் தலையில் தண்ணீர் விட்டுக் குளிக்க வைத்தாள். சம்பா எப்போதும் உட்கார்ந்திருக்கும் இடம் காலியாக இருந்தது. அங்கே போயும் எல்லோரும் சேர்ந்து அழுதார்கள்.

நல்ல வெயிலில் அப்பா திரும்பி வந்தார் ஈரத்துணியோடு. "என்னைக் கொள்ளி போட வைச்சுட்டாம்மா" என்று அழுதார். மணியின் அண்ணன்கள் இறந்தபோது மணிக்கு அதிக விவரம் தெரியாது. இப்போது ஒன்பது வயது. சுகம், துக்கம், கவலை, வேதனை எல்லாம் தெரியத் தொடங்கி விட்டன.

பெரியண்ணன் சாவைவிடச் சம்பாவின் மரணம் மணியின் பெற்றோரை உலுக்கிவிட்டது. இவ்வளவு எளிதாக நோய் கண்டு மூன்றே மாதத்தில் குழந்தை இறந்து விடு மானால் என்னதான் செய்வது? எப்படிக் குழந்தைகளைக் காப்பாற்றுவது?

அப்பா, அம்மா இருவருக்கும் ஒரு பீதி வந்து விட்டது. அதே நேரத்தில் ஒரு விரக்தி மனப்பான்மையும் வந்துவிட்டது. இருவர் முகத்திலும் சிரிப்பே போய்விட்டது. அப்பாவுக்கு அலுவலகம் இருந்தது. ஆதலால் சில மணி நேரம் வீடு, குழந்தைகள் தவிர மனத்தை நிரப்ப வேறு பொறுப்புகள் இருந்தன. ஆனால், அம்மா இருபத்தி நான்கு மணி நேரமும் வீட்டைப் பற்றியும், குழந்தைகள் பற்றியும்தான் நினைத்து நினைத்துத் துவள வேண்டும். ஒரு சமயம் அவர்கள் சாப்பிடு வதைக் கவளம் கவளமாகக் கவனிப்பாள். இன்னொரு வேளை ஒழுங்காகச் சமையல் கூடச் செய்திருக்க மாட்டாள். மணியின் அக்காக்களுக்காகப் பாட்டுச் சொல்லிக் கொடுக்க வரும் ஆழ்வாரை அடுத்த வருஷம் பார்த்துக்கொள்ளலாம் என்று சொல்லிப் பாட்டு வகுப்பை நிறுத்திவிட்டாள். மணியின் அக்காக்களுக்குப் பாட்டு என்பதைவிட ஆழ்வார் அவர் களுக்குப் பாடம் சொல்லித் தருவது அவனுக்கு ஒரு வேடிக்கை யான அனுபவமாக இருந்தது. வீட்டில் நிலவும் இறுக்கத்தில் அவர்கள் பாண்டி ஆடுவது, பல்லாங்குழி ஆடுவது போன்றதும் நின்றுவிட்டது.

சம்பாவைப் புகைப்படம் எடுக்கவில்லை. ஆதலால் அவள் முகம் கூடச் சிறிது சிறிதாக மனத்தில் தெளிவற்றுப் போயிற்று. ஆனால் அவளை நினைவுபடுத்த அவளுடைய சிரிப்பும் ஒவ்வொருவரையும் அவளுடைய மழலையில் கூப்பிட்டதும் எளிதில் மறக்க முடியவில்லை. அண்ணா என்று அவளால் சொல்ல முடியவில்லை. ஆனால் னா னா வென்பாள். அதே போல அக்காக்களையும் கா கா என்று சொல்வாள்.

சம்பா செத்துப் போய் ஒரு மாதம் ஆன பிறகு மணியின் அம்மாவுக்கு ஜுரம் வந்தது. ராம்கோபால் டாக்டர் வந்து பார்த்துவிட்டு உடனே ஆஸ்பத்திரிக்குக் கொண்டுபோகச்

சொன்னார். அம்மாவுக்கு டபுள் நிமோனியா. இரு நுரையீரல் களிலும் நீர்.

அந்த நாளில் பெனிசிலின், ஸ்டெராய்டு போன்றவை பயனில்லை. மணியின் அம்மாவுக்கு மார்பு முழுக்கப் பற்றுப் போட்டிருக்கிறார்கள். அம்மா நாளெல்லாம் முனகிக் கொண்டே இருந்தாள். ஒருமுறை கண் விழித்தவள், “ஐயோ, சம்புவுக்கு மருந்து தரணுமே!” என்று கத்தியிருக்கிறாள்.

மணிக்கும் அவனுடைய அக்காக்களுக்கும் அம்மாவின் நோயின் தீவிரம், அவள் நினைவிழந்து கிடப்பது எதுவும் தெரியாதபடி அப்பா பார்த்துக்கொண்டார். ஆஸ்பத்திரிக்குப் போய்விட்டு வேலையும் செய்தார். அலுவலகத்துக்கும் போனார். அந்த நாளில் நோயாளியுடன் யாரும் இருக்க முடியாது. காலையில் காஃபி தர வேண்டும் என்றால் கூட வராண்டா அருகில் நின்றுகொண்டு, நர்ஸ் யாராவது வந்தால் அவளிடம் கொடுத்தனுப்ப வேண்டும்.

அம்மாவை ஆஸ்பத்திரியின் பெரிய டாக்டரே பார்த்தார் என்று பின்பு தெரிந்தது. பதினைந்து நாட்கள் போராட்டத் துக்குப் பிறகு அம்மாவின் ஜுரம் குறைய ஆரம்பித்தது. ஒரு நாள் மாலை நான்கு மணிக்குக் குழந்தைகளைத் தயாராக இருக்கும்படிச் சொல்லிவிட்டு அப்பா அலுவலகத் துக்குப் போய்விட்டார். சரியாக நான்கு மணிக்கு வீட்டுக்கு வந்தார். காஃபி கலந்து ஃபிளாஸ்கில் விட்டார். நான்கு பத்துக்கு எல்லோரும் கிளம்பிவிட்டார்கள்.

மணியும் அவன் சகோதரிகளும் பதினைந்து நாட்கள் கழித்து அம்மாவைப் பார்க்கிறார்கள். இறந்துபோன குழந்தையை அவர்கள் பார்க்கக் கூடாது என்று பூட்டி வைத்த அம்மாவை அவள் கண் திறக்காமல் ஜுரமாக இருந்த நாட்களில், அவர் கள் பார்க்க வேண்டாம் என்று அப்பா தீர்மானித்து விட்டார். தப்பித்தவறி அவர்களாகப் போயிருந்தாலும் ஆஸ்பத்திரியில் உள்ளே போகவிட்டிருக்க மாட்டார்கள். அங்கே கூட்டம் கூடக் கூடாது என்பதைவிட நோய்த் தடுப்புத் தான் முக்கியக் காரணம். இருக்கிற நோய் போதாது என்று வெளியிலிருந்து வருபவர்கள் புது நோயைக் கொண்டுவந்துவிட்டால்?

அவர்களுக்கு அம்மாவை அடையாளமே தெரியவில்லை. அம்மா பேசவில்லை என்றாலும் கண்களிலிருந்து கண்ணீர் பெருகிக்கொண்டிருந்தது.

யாருமே பேசவில்லை. ஏதோ விநோதப் பிராணியைப் பார்ப்பது போல வாய் திறக்காமல் நின்று கொண்டிருந்தார்கள்.

அம்மா, மணியைக் கட்டிலில் உட்காரச் சொன்னாள். ஆனால் அப்பா அவனைப் பிடித்திழுத்துவிட்டார். யாரையும் படுக்கையை நெருங்க விடவில்லை.

அப்பா காஃபியைக்கூட நர்ஸிடம் தான் தந்தார். அந்த அறையில் இருபது படுக்கைகள்கூட இருக்கும் ஆனால் பேச்சுக் குரல் ஏதோ ரகசியம் பேசுவது போல இருந்தது.

பத்தே நிமிடம். அப்பா அவர்களை வெளியே அழைத்து வந்து விட்டார்.

"அம்மா எப்போ வீட்டுக்கு வருவா?" என்று மணி கேட்டான்.

"இன்னும் பத்துப் பதினைஞ்சு நாளாகும். நான் ரைட்டர் மாமா மாமியை வரச் சொல்லியிருக்கேன். அப்போ நீங்க ஸ்கூலுக்குப் போகலாம்" ரைட்டர் மாமா என்பவர் அப்பாவை விட ஓரிரண்டு ஆண்டுகள் சிறியவர். உள்ளூரில் வேலை கிடைக்காமல் ஒரு குஷ்ட நோய் ஆஸ்பத்திரியில் வேலைக்குப் போய்விட்டார். அது ஜெர்மன் பாதிரிகள் நடத்தியது. அன்று குஷ்டம் தொட்டாலே ஒட்டிக்கொள்ளும் என்று நினைத்த நாட்கள். ஆதலால் ஆஸ்பத்திரியை அத்துவானத்தில் அமைத்திருந்தார்கள். உடனுக்குடனே கடைக்குப் போக முடியாது என்று மாட்டுப் பண்ணை, கோழிப் பண்ணை, காய்கறித் தோட்டம் எல்லாவற்றையும் நடத்தினார்கள். ரைட்டர் மாமி அவர்களைப் பார்த்துக்கொள்ள வந்தால் அவர்கள் அப்பா போல ரைட்டர் மாமா அவர் சமைத்து அவருடைய குழந்தைகளுக்கு உணவூட்ட வேண்டும்.

அது பொது மருத்துவமனை. அப்படியிருந்தும் அம்மாவை ஒன்றரை மாதங்களுக்குப் பிறகுதான் வீட்டுக்கு அனுப்பித் தார்கள். வீட்டிலும் இன்னும் ஒரு மாதம் போலப் படுக்கை யிலேயே இருக்க வேண்டும் என்று கண்டிப்பாகச் சொல்லி யிருந்தார்கள். அம்மா ஒரு வாரம்தான் அப்படி இருந்தாள். அதன் பிறகு சிறிது சிறிதாக வீட்டு வேலையும் செய்யத் தொடங்கினாள். ரைட்டர் மாமா மாமி இருந்தது அவளுக்குப் பெரிய துணையாக இருந்தது. எல்லாம் சில நாட்களுக்குத் தான். மீண்டும் வீடு சத்தமே இல்லாத இடமாக மாறியது.

ஏப்ரல் மாதத்தில் பெரிய பரீட்சை வந்தது. மணி, அவனு டைய அக்காக்கள் இருவருக்கும் அப்பா அவரால் முடிந்த அளவு சொல்லிக்கொடுத்தார். மூவரும் பரீட்சைகளில் தேறி விட்டார்கள்.

விடுமுறை நாட்களில் மணி போகக்கூடிய இடங்கள் இரண்டு இருந்தன. ஒன்று, ரைட்டர் மாமா வீடு. இன்னொன்று

சித்தப்பா வீடு. சம்பா இறந்த ஆண்டு யாருமே ஊருக்குப் போகவில்லை. ரைட்டர் மாமாவை நிறையத் தொந்தரவு கொடுத்தாயிற்று என்று மணியின் அப்பா சொன்னார். ரைட்டர் மாமா அப்படி நினைப்பவரே இல்லை. உண்மையில் அப்பாவுக்குக் குழந்தைகளை எப்போதும் கண்ணெதிரேயே வைத்துக்கொள்ள வேண்டும்.

ஒருநாள் மணியும் அவனுடைய அம்மாவும் மட்டும் வீட்டிலிருந்தார்கள். சம்பா செத்துப் போவதற்கு முன்பு அம்மா உட்கார்ந்தபடிக் கண்களை மூடிக் கொண்டால் அம்மா உட்கார்ந்தபடியே தூங்குகிறாள் என்று அப்பா சொல் வார். அப்படி இல்லை என்று அவர் சொல்லும்போதே அம்மா கண்களைத் திறந்துகொள்வாள். இன்று அப்படித்தான் மணி அம்மாவைக் கூப்பிட்டான்: "அம்மா".

அம்மா கண்களைத் திறந்து கொண்டாள்.

"அன்னிக்கு ஏம்மா எங்களைப் பூட்டி வைச்சே?"

அம்மா பதில் சொல்லவில்லை.

"நான் சம்பாவைப் பார்க்க வேண்டாமா? பெரியக்கா இப்பவும் அழுதுண்டே இருக்கா."

அம்மா சிறிது நேரம் மௌனமாக இருந்தாள். திடீரென்று பொத்துக்கொண்டு கதறினாள். "நான் குழந்தை குழந்தையா வாரிக் கொடுத்தேன்டா. வாரி வாரிக் கொடுத்தேன்டா. அதை நீங்களும் பார்க்கணுமா?"

மணிக்கு, அம்மா எதை வாரி வாரிக் கொடுத்தாள் என்று சரியாகப் புரியவில்லை. சட்டென்று அவன் அண்ணன் கள் நினைவு வந்தது. அம்மா வாரிக் கொடுத்தது என்பது அவர்களையும்தான்.

"நான் சம்பாவைப் பார்க்க வேண்டாமா? எனக்கும் உன் மாதிரிதான் அழுகை வந்தது. இனிமேல் எங்களை ரூம்லே வைச்சுப் பூட்டிடாதேம்மா."

அம்மா, மணியைக் கட்டிக்கொண்டாள். அவனுக்கு இதமாக இருந்தது. அம்மாவுக்கும் இருந்திருக்க வேண்டும். ஆனால், மணிக்கு சம்பாவைப் பார்க்காத வருத்தம் குறைய வில்லை.

கல்கி, 2010

ஜோதிடம் பற்றி இன்னொரு கர்ண பரம்பரைக் கதை

கர்ண பரம்பரைக் கதைகளில்தான் எவ்வளவு ஜோதிடர்கள்!

இந்த ஜோதிடரும் பெரும் பாண்டித்யம் பெற்றவர். அவருடைய விரல் நுனிகளில் எண்களும் நவக்கிரகங்களும் விளையாடும். நவக்கிரகங்களோடு விளையாடுபவர்கள் கடும் விலை தர வேண்டும். ஜோதிடர் வீட்டில் எப்போதும் இல்லாமை.

குழந்தைக்காக ஏங்கிப் போயிருந்த ஜோதிடருக்கு மகன் பிறந்தான். விடிவு காலம் வந்துவிட்டது என்று ஜோதிடர் எண்ணினார். குழந்தை பிறந்தவுடன் ஜாதகப் பலன் பார்க்கக் கூடாது என்பது கடும்விதி. ஜோதிடருக்கு அசாதாரண ஆர்வம். பலன் பார்த்தார். எல்லாம் நல்லது தான். ஆனால் மகன் திருமணம் முடித்த மறுநாள் உதயம் பார்க்க மாட்டான்.

ஜோதிடர் இடிந்து போய்விட்டார். இதை வெளியே சொல்லாமல் மகன் சிறப்பாக வளர்வதைக் கண்டு ஆறுதல் அடைந்தார்.

மகனுக்குப் பதினெட்டு வயது. அவன் அறியாதது ஏதுமில்லை என்று பெரும்புகழ் பெற்றான். நீ நான் என்று பலர் பெண் கொடுக்க வந்தார்கள். ஜோதிடர் திருமணப் பேச்சை மட்டும் வளர்க்க மாட்டார்.

ஊருக்கெல்லாம் சந்தேகம். இந்தப் பையனுக்கு இந்த ஜன்மத்தில் கல்யாணம் ஆகாது என்று முடிவு செய்தார்கள்.

பக்கத்து ஊர் ஜோதிடர். அவரும் ஏழைதான். மகா புத்திசாலியான மகள். ஊரார் பேச்சை உதறித் தள்ளிவிட்டு அவர் ஜோதிடர் மகனுக்குப் பெண்ணைத் தர முன்வந்தார்.

"உங்களைச் சந்தித்ததில் மிகுந்த மகிழ்ச்சி, உங்கள் பெண் எங்கள் வீட்டு, மருமகளாவதற்கு நாங்கள் கொடுத்து வைத் திருக்க வேண்டும். ஆனால் முடியாது."

"ஏன்?"

"என் மனசாட்சி இடம் தராது."

"தங்கள் மகனுக்கு ஏதாவது தீராத நோயோ?"

"அப்படியிருந்தால்கூடப் பரவாயில்லை. மருத்துவம் செய்யலாம். குணப்படுத்தியும் விடலாம் அப்படி இல்லையே?"

"சரி, ஜாதகத்தைக் கொடுங்கள்."

"எனக்கு மனம் ஒப்பவில்லை."

"பையனைப் பார்த்துவிட்டேன். ஜாதகத்தைக் கொடுங்கள்."

"எப்படிச் சொல்வது? வாய் கூசுகிறது."

"சொல்லுங்கள்."

"அவனை மணந்துகொள்பவள் திருமணத்துக்கு அடுத்த நாள் விதவையாகிவிடுவாள்."

"என் பெண்ணுக்கு நல்ல மாங்கல்ய பலம் இருக்கிறது. சரி என்று சொல்லுங்கள்."

திருமணம் நடந்தது.

அன்றிரவு மணமகனுக்கு வயிறு சரியில்லை. மணமகளிடம் கூறிவிட்டுக் கொல்லைப்புற இருட்டில் போனான். கை கால் கழுவிக்கொண்டு திரும்ப இருந்த போது அவன் முன் ஒரு பெரிய மலைப்பாம்பு.

"நீ தர்மவான். உன் தந்தை மாமனார் எல்லாருமே தர்மவான்கள். இருந்தாலும் நீதான் இன்று எனக்கு உணவு. உன்னை விழுங்கப் போகிறேன்."

"நான் தாலி கட்டி இன்னும் அறுபது நாழிகை கூட ஆகவில்லை."

"என்ன செய்வது? ஆனால் நீ தான் இன்று என் உணவு."

"அந்தப் பெண் விஷயம் தெரியாது தவித்துவிடுவாள். நான் அவளிடம் சொல்லிக் கொண்டு வந்து விடுகிறேன்."

மலைப்பாம்புக்கு மனிதர்களின் நேர்மையை எடையிட முடியும். "சரி" என்றது.

மணமகன் மனைவியிடம் விஷயத்தைச் சொன்னான்.

"வாக்குத் தவறக் கூடாது. எதற்கும் உங்கள் கூட நான் வருகிறேன்." ஒரு சிறு குடத்தில் ஓர் அகல்விளக்கை ஏற்றி வைத்துக்கொண்டு கிளம்பினாள்.

இருவரும் பாம்பிடம் சென்றார்கள். பாம்பு மணமகனை விழுங்க வாயைத் திறந்தது.

அப்போது மணப்பெண் அகல் விளக்கை அணைத்து விட்டாள். "ஐயோ!" என்று பாம்பு அலறியது. அந்தப் பெண்ணை உற்றுப் பார்த்தது.

உணவருந்தும்போது விளக்கு அணைந்து விட்டால் மேற் கொண்டு உண்ணக்கூடாது என்பது கடும் விதி. "நீங்கள் நீடூழி வாழுங்கள்!" பாம்பு சென்றுவிட்டது.

அடுத்த நாள் காலை. மகனும் மருமகளும் மலர்ந்த முகத்தோடு வெளியே வந்தார்கள். இரவு என்ன நடந்தது என்று வேறுயாருக்கும் தெரியாது.

ஜோதிடருக்கு மகன் உயிரோடு இருப்பதில் மகிழ்ச்சி இருந்தாலும் ஜோதிடம் பொய்யா என்று மனம் கலங்கியது. ஆயுள் முழுதும் ஏதோ ஒன்றை நம்பி வாழ்ந்தது திடீரென்று அது ஆதாரமற்றதென்றால்?

அவருடைய மகனின் மாமனார், "நீங்கள் கடைசி வரை ஜாதகமே தரவில்லை. எதற்கு என்று தெரியும். ஆனால் இப்போது தரலாமல்லவா?" என்றார். மேலும் அவர் கூறினார்.

"தங்கள் மகனுக்கு மரண அபாயம் இருந்தது உண்மைதான். ஆனால் நீங்கள் என் மகளின் ஜாதகத்தையும் பார்த்திருக்க வேண்டாமா?"

ஜோதிடர்கள் கிரகங்களையும் ராசிகளையும் ஆராய்ந்து கொண்டிருந்தார்கள். எங்கோ தூரத்தில் ஒரு மலைப்பாம்பு இரையைத் தேடிப் போய்க் கொண்டிருந்தது.

அமுதசுரபி, பிப்ரவரி 2011

காலச்சுவடு வெளியிட்ட
அசோகமித்திரனின் பிற நூல்கள்

18வது அட்சக்கோடு
(தமிழ் கிளாசிக் நாவல்)
ரூ. 280

மானசரோவர்
(தமிழ் கிளாசிக் நாவல்)
ரூ. 275

தண்ணீர்
(தமிழ் கிளாசிக் நாவல்)
ரூ. 190

கரைந்த நிழல்கள்
(தமிழ் கிளாசிக் நாவல்)
ரூ. 220

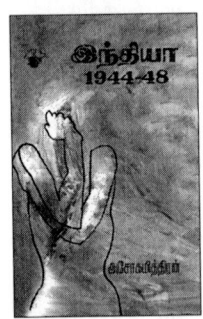

இந்தியா 1944—48
(நாவல்)
ரூ. 275

ஒற்றன்
(நாவல்)
ரூ. 240

யுத்தங்களுக்கிடையில்
(நாவல்)
ரூ. 140

அசோகமித்திரன்
சிறுகதைகள்
(முழுத் தொகுப்பு)
(இரண்டு தொகுதிகள்)
(தொ-ர்): க. மோகனரங்கன்
ரூ. 1975

ஆகாயத் தாமரை
(நாவல்)
ரூ. 200

ஐந்நூறு கோப்பைத் தட்டுகள்
(தமிழ் கிளாசிக் சிறுகதைகள்)
ரூ. 340

இன்று
(நாவல்)
ரூ. 130

வாழ்விலே ஒரு முறை
(முதல் சிறுகதைத் தொகுப்பு)
ரூ. 330

அழிவற்றது
(சிறுகதைகள்)
ரூ. 160

இரண்டு விரல் தட்டச்சு
(சிறுகதைகள்)
ரூ. 150

அமானுஷ்ய நினைவுகள்
(சிறுகதைகள்)
ரூ. 100

அசோகமித்திரன்
குறுநாவல்கள்
(முழுத் தொகுப்பு)
ரூ. 780

மணல்
(தமிழ் கிளாசிக் குறுநாவல்)
ரூ. 120

எரியாத நினைவுகள்
(தமிழ் கிளாசிக் கட்டுரைகள்)
ரூ. 325

படைப்புக்கலை
(கட்டுரைகள்)
ரூ. 180

சில ஆசிரியர்கள் சில நூல்கள்
(கட்டுரைகள்)
ரூ. 175

ஒரு பார்வையில் சென்னை நகரம்
(கட்டுரைகள்)
ரூ. 150

ஆடிய ஆட்டமென்ன
(கட்டுரைகள்)
ரூ. 100

திரைக்குப் பின்
(கட்டுரைகள்)
ரூ. 390